സമരചരിത്രപരമ്പര

INSIGHT PUBLICA

ശൂരനാട്

Nadakkavu, Kozhikode, Kerala, 673011
www. insightpublica. com
e-mail: insightpublica@gmail.com
Title: **Sooranad**
(Malayalam)
Author: **N.K.Bhoopesh**
Compiled & Edited: V. S. Anilkumar
First Edition: May 2022
Calligraphy: Sasi Varsha
Cover&Layout: kjvj@insight

Printed and Published by
InsightinPublica Printers & Publishers Pvt. Ltd.
ISBN 978-93-90535-21-7
₹ 129

ശൂരനാട്

എൻ.കെ.ഭൂപേഷ്

സമാഹരണം / സംയോജനം

വി.എസ്.അനിൽകുമാർ

INSIGHT PUBLICA

തലശ്ശേരി എരഞ്ഞോളി സ്വദേശി, മാതാപിതാക്കൾ പരേതരായ ഐ കുഞ്ഞിക്കൃഷ്ണൻ നമ്പ്യാർ, മാധവിയമ്മ

മാധ്യമം, കൈരളി ടിവി, ഇന്ത്യാവിഷൻ, തെഹൽക്ക എന്നീ മാധ്യമങ്ങളിൽ പ്രവർത്തിച്ചു.

ഇന്ത്യയിൽ സ്വതന്ത്ര്യത്തിന് ശേഷം വിവിധ പ്രദേശങ്ങളിൽ നടക്കുന്ന രാഷ്ട്രീയ കലാപങ്ങളെക്കുറിച്ചുള്ള 'ഇന്ത്യയിലെ ആഭ്യന്തര കലാപങ്ങൾ' എന്ന പുസ്തകം പ്രസിദ്ധീകരിച്ചു (ഡി സി ബുക്ക്സ്)

പാകിസ്താൻ രൂപീകരണത്തെയും, മുഹമ്മദലി ജിന്നയേയും കുറിച്ച് വിഖ്യാത ചരിത്രകാരി ആയിഷ ജലാൽ എഴുതിയ ദി സോൾ സ്പോക്ക്സ് മാൻ: ജിന്ന ദി മുസ്ലീം ലീഗ്, ആന്റ് ഡിമാന്റ് ഫോർ പാകിസ്താൻ എന്ന ഗ്രന്ഥം ജിന്നയും പാകിസ്താൻ വാദവും എന്ന പേരിലും പ്രശസ്ത മാധ്യമപ്രവർത്തകൻ കുൽദിപ് നയ്യാറുടെ ആത്മകഥ ബിയോണ്ട് ദി ലൈൻസ്, 'വരികൾക്കപ്പുറം' എന്ന പേരിലും പ്രസിദ്ധീകരിച്ചു. (രണ്ടും മാതൃഭൂമി ബുക്സ്)

മാധ്യമപ്രവർത്തക സ്മൃതി പരുത്തിക്കാടിനും അഗ്നിവേശിനുമൊപ്പം ജീവിക്കുന്നു

എൻ കെ ഭൂപേഷ്

കേരളം ഉണ്ടായത്

കേരളം ഉണ്ടായത് എങ്ങനെയെന്ന ചോദ്യത്തിന് ഒരൊറ്റ ഉത്തരമേയുള്ളൂ; രക്തരൂഷിത സമരത്തിലൂടെ. സ്വാതന്ത്ര്യ സമരത്തിന്റെ ഭാഗമായും അല്ലാതെയും കമ്മ്യൂണിസ്റ്റ് പാർട്ടികൾ നടത്തിയ വിട്ടുവീഴ്ചയില്ലാത്ത പോരാട്ടത്തിന്റെ ഫലമാണ് ഇന്നത്തെ കേരളം. മധ്യവർഗ ജീവിതത്തിന്റെ സുഖശീതളിമയിൽ ജീവിക്കുന്ന മലയാളിയെ സംബന്ധിച്ച് രക്തരൂഷിതമായ ഇത്തരം പോരാട്ടങ്ങൾ ഓർമ്മിക്കുക എന്നതു പോലും അസഹനീയമായിത്തീരാം. വികസനത്തിന്റെ വർണശബളിമയിൽ പോരാട്ടത്തിന്റെയും ത്യാഗത്തിന്റെയും ഉണങ്ങാത്ത രക്തക്കറ പതിഞ്ഞിരിപ്പുണ്ട്. ആലസ്യത്തിന്റെ സുഷുപ്തിയിൽ കഴിയുന്ന ഈ കാലത്ത് അത് മലയാളിയെ വീണ്ടും ഓർമ്മിപ്പിക്കണം എന്ന് ഞങ്ങൾ കരുതുന്നു. അതൊരു ചരിത്ര നിയോഗമാണെന്ന് മനസ്സിലാക്കുന്നു. പ്രസാധനം പ്രക്ഷുബ്ധതയുടെ പ്രകാശനം എന്നത് സത്യസന്ധതകൊണ്ട് അടയാളപ്പെടുന്ന മായാത്ത ഒരു വാക്കിന്റെ വാഗ്ദാനമാണ്. അതുകൊണ്ടാണ് കേരളത്തിന്റെ സമരചരിത്രം ഒരു പരമ്പരയായി പുറത്തിറക്കാൻ ഞങ്ങൾ തീരുമാനിച്ചത്. ആദ്യഘട്ടത്തിൽ കയ്യൂർ, മുനയൻകുന്ന്, കാവുമ്പായി, പാടിക്കുന്ന്, മൊറാഴ, ഒഞ്ചിയം, ഇടപ്പള്ളി, പുന്നപ്ര-വയലാർ, ശൂരനാട് തുടങ്ങി ഒമ്പത് പുസ്തകങ്ങൾ അടങ്ങിയ പരമ്പരയാണ് പ്രസിദ്ധീകരിക്കുന്നത്. മറ്റു പ്രധാന സമരചരിത്രങ്ങൾ അടുത്തഘട്ടത്തിൽ പ്രസിദ്ധീകരിക്കാൻ കഴിയും എന്ന് ഞങ്ങൾ കരുതുന്നു. കഴിഞ്ഞ രണ്ടു വർഷമായി മലയാളത്തിന്റെ പ്രിയപ്പെട്ട എഴുത്തുകാരൻ വി.എസ്. അനിൽകുമാർ ഇതിനുള്ള നിരന്തര പരിശ്രമങ്ങളിലായിരുന്നു. അനിയേട്ടനോട് അതിരറ്റ സ്നേഹം. സമയബന്ധിതമായി ചരിത്രരചന പൂർത്തീകരിച്ച എഴുത്തുകാരോടും സ്നേഹവും കൃതജ്ഞതയും രേഖപ്പെടുത്തി ഈ പരമ്പര കേരളത്തിന് സമർപ്പിക്കുന്നു.

സുമേഷ് ഇൻസൈറ്റ്

സമരചരിത്രപരമ്പര

വി. എസ്. അനിൽകുമാർ

ചെന്നൈയിൽ നിന്ന് തൊണ്ണൂറു കിലോമീറ്റർ അകലെ ഗുഡിയം എന്ന കുഗ്രാമത്തിലേക്കും ഹരിയാനയിലെ റോത്തക്കിൽ നിന്ന് നാല്പതു കിലോമീറ്റർ അകലെ ഫർമാനയിലേക്കും മധുരെയിൽ നിന്ന് പന്ത്രണ്ട് കിലോമീറ്റർ അകലെ കീഴടിയിലേക്കും പല കാലങ്ങളിലായി യാത്ര ചെയ്ത് എത്തിയപ്പോൾ ആദ്യം ഉണ്ടായ വികാരം ഒരേ പോലുള്ളതായിരുന്നു. കനത്തു പെരുത്തു കയറിയ ആദരവ്, വിനയം.

ഇന്ന് ഫർമാന, സമ്പന്നമായതും ഗുഡിയവും കീഴടിയും ദരിദ്രമായതും ആയ കൃഷിയിടങ്ങളാണ്. പക്ഷെ നമ്മുടെ പ്രപിതാമഹന്മാർ ആയിരക്കണക്കിന് വർഷങ്ങൾക്കു മുമ്പ് ജീവിച്ച ഇടങ്ങളാണവ. കുറേദൂരം ഉരുളൻ കല്ലുകൾ ചവിട്ടി കഷ്ടപ്പെട്ട് ഗുഡിയത്തിലെത്തിയാൽ ആദിമാനവർ വാണിരുന്ന ഒരു ഗുഹ കാണാം. വളരെ പഴയ കാലത്തെ ജനവാസത്തിന്റെ തെളിവുകൾ കീഴടി ഖനനത്തിൽ കിട്ടുകയുണ്ടായി. അതിന് ഹാരപ്പൻ സംസ്കൃതിയെക്കാൾ പഴക്കമുണ്ടാകാം എന്നാണ് അനുമാനം. ഫർമാനയാകട്ടെ അവിടെയൊരു ഹാരപ്പൻ പട്ടണം ഒളിപ്പിച്ചുവച്ചു. അത് പതുക്കെ പുറത്തെടുത്തു നോക്കുകയായിരുന്നു, ഞങ്ങൾ എത്തുമ്പോൾ.

സകല സൗകര്യങ്ങളും (fecilities) ഉള്ള ജീവിതത്തിൽ നിന്ന് എത്തി, ഈ ഇടങ്ങളിൽ നില്ക്കുമ്പോൾ, എല്ലാ സംഘനൃത്തങ്ങളും സംഘഗാനങ്ങളും വിശപ്പും അസൗകര്യങ്ങൾ സൃഷ്ടിക്കുന്ന കഠിനമായ യാതനകളും നിലവിളികളും ചരിത്രത്തിലെ ഏടുകളിൽ മറിയുന്നത് അനുഭവപ്പെടും. അവരുടെ ജീവിതവും നമ്മുടെ ജീവിതവും തമ്മിൽ

യാതൊരു താരതമ്യവും സാദ്ധ്യമല്ല. അവരുടെ ജീവിതം നിരന്തരമായ പോരാട്ടങ്ങളുടേയും സഹനങ്ങളുടേയും ശേഖരമാണ്.

കേരളീയമായ കമ്മ്യൂണിസ്റ്റ് പോരാട്ടങ്ങളുടെ ത്യാഗ-വീര-സഹന ചരിത്രത്തിലൂടെ കടന്നുപോകുമ്പോൾ അതേ ആദരവ്, അതേ വിനയം കനത്തു വരുന്നു...ഇതിനെക്കുറിച്ചൊക്കെ എന്തെങ്കിലും എഴുതാൻ പോലും എനിക്കെന്ത് അർഹത എന്ന സംശയമുണ്ടാകുന്നു. കാരണം അതിക്രൂരവും അതിശക്തവുമായ ഭരണ-സാമൂഹിക ക്രമത്തോട് കൃത്യമായി പടയുണ്ടാക്കി, കൊണ്ടും കൊടുത്തും, അപ്പോഴല്ലെങ്കിൽ കുറച്ചു കഴിഞ്ഞ് ലക്ഷ്യത്തിലെത്തിയ വീരചരിതങ്ങളാണെല്ലാം. ഹിംസ സ്വന്തം ശരീരത്തിൽ അനുഭവിക്കാനുള്ളതു മാത്രമല്ല തിരിച്ചു കൊടുക്കാനുള്ളതു കൂടിയാണ് എന്ന പ്രത്യയശാസ്ത്രപരമായ തിരിച്ചറിവ് ഉണ്ടാക്കിയെടുത്തു നടത്തിയ സമരങ്ങളാണെല്ലാം.

ലക്ഷ്യശുദ്ധിയോടൊപ്പം മാർഗ്ഗശുദ്ധിയും അനിവാര്യമാണെന്ന് നിർബ്ബന്ധം പിടിക്കുന്നവരുണ്ട്. നല്ല ആശയമാണത്. പക്ഷെ പണിയെടുത്തു തളർന്നു വീഴുമ്പോഴും വിശന്ന് കരയേണ്ടി വരികയും പല വിധമായ അപമാനങ്ങളും വിവേചനങ്ങളും പീഡനങ്ങളും അനുഭവിക്കേണ്ടിവരികയും ചെയ്ത കർഷകരും തൊഴിലാളികളും പടയെടുക്കുമ്പോൾ മാത്രമാകരുത് ഈ നല്ല ആശയം പ്രചരിപ്പിക്കേണ്ടത്. തങ്ങളുടെ അത്യാഗ്രഹങ്ങൾക്കനുസരിച്ച് കാര്യങ്ങൾ നടക്കാൻ വേണ്ടി ഏതു നിലവാരത്തിലുള്ള അക്രമവും നടത്താൻ കൈയ്യറപ്പില്ലാത്ത ജന്മി - പുരോഹിത-ഭരണവർഗ്ഗത്തോട്ട് ഇതേ ലക്ഷ്യ - മാർഗ്ഗ വിശുദ്ധി ആരെങ്കിലും ഉപദേശിച്ചതായി കേട്ടിട്ടില്ല.

1939 ഡിസംബർ 31 നാണ് ഇന്നത്തെ ധർമ്മടം നിയോജകമണ്ഡലത്തിൽപ്പെട്ട പാറപ്രം എന്ന സ്ഥലത്ത് കേരളത്തിലെ കമ്മ്യൂണിസ്റ്റ് പാർട്ടി രൂപീകരണം നടക്കുന്നത്. ഇന്ത്യൻ നാഷണൽ കോൺഗ്രസിന്റെ നേതൃത്വത്തിൽ ദേശീയ സ്വാതന്ത്ര്യ സമരം വളരെയധികം ശക്തി നേടിയ സമയത്തു പോലും മറ്റൊരു പ്രത്യയശാസ്ത്രത്തിന് കേരളത്തിൽ വ്യാപനം കിട്ടി എന്നത് ശ്രദ്ധേയമായ കാര്യമാണ്. മാത്രമല്ല ഇന്ത്യയിൽ കേവലം പതിനേഴ് വർഷം (1925 ൽ ഇന്ത്യയിൽ കമ്മ്യൂണിസ്റ്റ് പാർട്ടി രൂപീകൃതമായി) പ്രായമുള്ള ഒരു സംഘടനയ്ക്ക് 57 വർഷം പ്രായമായ ഇന്ത്യൻ നാഷണൽ കോൺഗ്രസിന്റെ 'ക്വിറ്റ് ഇന്ത്യ' സമരത്തെ സാമ്രാജ്യത്വാനുകൂല - വിരുദ്ധ സംവാദതലത്തിലേക്ക് കൊണ്ടുവരുവാനും കഴിഞ്ഞു എന്നതും ഓർക്കണം. ശരിയായാലും തെറ്റായാലും ആ വിഷയം സമയാസമയങ്ങളിൽ സംവാദതലത്തിൽ ഇപ്പോഴും തുടരുന്നുണ്ട്.

നിർഭയരും നിസ്വാർത്ഥരുമായ നേതാക്കളും പ്രവർത്തകരും വർഗ്ഗ പക്ഷപാതിത്തമുള്ള പ്രത്യയശാസ്ത്രവും കേരളത്തിലെ കർഷക - തൊഴിലാളിവർഗ്ഗം സ്വീകരിച്ചു എന്നതാണ് പിന്നീട് സംഭവിച്ചത്. പിറവിക്കു ശേഷം ഒരു വ്യാഴവട്ടത്തിനുള്ളിൽത്തന്നെ മഹത്വമുള്ളതും ഗംഭീരവുമായ സായുധപ്പോരാട്ടങ്ങൾ തന്നെ നടത്താൻ കേരളത്തിലെ കമ്മ്യൂണിസ്റ്റ് പാർട്ടിക്ക് കഴിഞ്ഞു. പഴയതും പ്രസക്തമായതുമായ ഭാഷയിൽ പറഞ്ഞാൽ ജന്മിമാരുടേയും ദുർഭരണാധികാരികളുടേയും കോട്ട കൊത്തളങ്ങളെ പിടിച്ചുലയ്ക്കാൻ ഈ പോരാട്ടങ്ങൾ കൊണ്ട് സാധിച്ചു.

പിറവിയെടുത്ത് അടുത്ത വർഷം, 1940 ൽ മൊറാഴ സമരം നടക്കുന്നുണ്ട്. ഒരു വർഷത്തിനുള്ളിൽ ഇത്രയും വലിയ ധീരതയ്ക്കും സഹനത്തിനും നിസ്വവർഗ്ഗം തയ്യാറായി എന്നത് അവരനുഭവിച്ചു വന്ന ക്രൂരമായ ജീവിതത്തെക്കൂടി വ്യക്തമാക്കുന്നുണ്ട്. 1941 ലാണ് കയ്യൂർ പോരാട്ടം നടക്കുന്നത്. 1946 ൽ പുന്നപ്ര - വയലാറും കരിവെള്ളൂരും കാവുമ്പായിയും പോരാട്ടങ്ങൾ കൊണ്ട് ചുവക്കുന്നു. 1948-ൽ ഒഞ്ചിയത്തേയും മുനയൻ കുന്നിലേയും അധ്വാനിക്കുന്ന വർഗ്ഗം ധീരമായി പൊരുതുന്നു. 1949 ൽ ശൂരനാട്. 1950-ൽ ഇടപ്പള്ളിയും പാടിക്കുന്നും. ദേശീയ സ്വാതന്ത്ര്യം കിട്ടിയിട്ടും അടിസ്ഥാന വർഗ്ഗത്തിന്റെ പോരാട്ടങ്ങൾ അവസാനിച്ചില്ല. കമ്മ്യൂണിസ്റ്റ് പാർട്ടിയുടെ നേതൃത്വത്തിൽ നടന്ന കർഷകരുടേയും തൊഴിലാളികളുടേയും സമരങ്ങൾ ഈ പട്ടിക കൊണ്ട് അവസാനിക്കുന്നുമില്ല. ചിലത് എടുത്തു പറഞ്ഞു എന്നേയുള്ളു.

പിൽക്കാല കേരളം രൂപം കൊണ്ടത് പ്രധാനമായും ഈ സമരങ്ങളുടെ അനന്തരഫലമായിട്ടാണ്. ചോരയും ജീവനും കൊടുത്ത് അന്നത്തെ കമ്മ്യൂണിസ്റ്റ് പ്രസ്ഥാനം പോരാടിയതു കൊണ്ടാണ് സാമൂഹിക ജീവിത മുന്നേറ്റത്തിനുതകുന്ന മുൻഗണനാക്രമം, ഭൂപരിഷ്ക്കരണത്തിനും വിദ്യാഭ്യാസത്തിനും ആരോഗ്യത്തിനുമൊക്കെ ലഭിച്ചത്. വികസനത്തിൽ രാഷ്ട്രീയമില്ല എന്ന് തീർത്തു പറയുന്ന അരാഷ്ട്രീയത, നമ്മുടെ രാഷ്ട്രീയപ്പാർട്ടികൾക്കും സ്വീകാര്യമായ ഈ കാലത്ത്, വളർച്ചയ്ക്കും പുരോഗമനത്തിനും കൃത്യമായ സോഷ്യലിസ്റ്റ് ഭാഷ്യമുണ്ട് എന്ന് ഉറപ്പിച്ചു പറയാൻ കരുത്തു നൽകിയത്, ഈ പറഞ്ഞതും അല്ലാത്തതുമായ പോരാട്ടങ്ങളാണ്. ഇന്ത്യയിലെ മറ്റൊരു സംസ്ഥാനത്തും ഇങ്ങനെ സംഭവിച്ചില്ല എന്നതും ഇതിനൊപ്പം പറയണം.

ഇൻസൈറ്റ് പബ്ലിക്ക 'സമരചരിത്രപരമ്പര' എന്ന പൊതുപേരിൽ ഇങ്ങനെ ഒരു കൂട്ടം പുസ്തകങ്ങൾ പ്രസിദ്ധീകരിക്കുമ്പോൾ അതിൽ എന്റെ പങ്ക് വളരെ വളരെ ചെറുതാണ് എന്നു പറയട്ടെ. 'നവോത്ഥാന

പരമ്പര' എന്ന പേരിൽ ഇൻസൈറ്റ് പ്രസിദ്ധീകരിച്ച പുസ്തകങ്ങൾ മികച്ച വായനാനുഭവമായിരുന്നു. അതു ചൂണ്ടിക്കാട്ടി സുമേഷിനോട് ഇങ്ങനെയൊരു സാദ്ധ്യതയുണ്ട് എന്നു പറഞ്ഞു. പിന്നെ ഓരോ പുസ്തകത്തിനും ഗ്രന്ഥകാരനെ കണ്ടെത്തി. അവരെ ഫോണിലൂടെയും വാട്ട്സാപ്പിലൂടെയും കഴിഞ്ഞ രണ്ടു വർഷമായി നിരന്തരം ഓർമ്മപ്പെടുത്തി. ഇത്ര മാത്രമാണ് എന്റെ പണി.

ചരിത്ര രചന ഒട്ടും എളുപ്പമുള്ള കാര്യമല്ല. കമ്മ്യൂണിസ്റ്റ് ചരിത്രമാകുമ്പോൾ പ്രത്യേകിച്ചും. അപാകതകൾ ഉണ്ടാക്കി, പിന്നെയത് കണ്ടുപിടിക്കുന്ന തീവ്ര വലതുപക്ഷം കക്ഷിരാഷ്ട്രീയത്തിൽ വിജയിച്ചു നിൽക്കുകയും ഭരണവർഗ്ഗമാകുകയും ചെയ്ത ഈ സന്ദർഭത്തിൽ വളരെയധികം സൂക്ഷ്മത ആവശ്യമുള്ള ഒരു കർമ്മമാണിത്. ഡോ. സി. ബാലൻ (കയ്യൂർ), ഡോ. ജിനേഷ് കുമാർ എരമം (മുനയൻകുന്ന്) എ. പത്മനാഭൻ (കാവുമ്പായി), കെ. ബാലകൃഷ്ണൻ (പാടിക്കുന്ന്), ദാമോദരൻ (മൊറാഴ), വി. കെ. സുരേഷ് (ഒഞ്ചിയം), എൻ. എം. പിയേഴ്സൺ (ഇടപ്പള്ളി), സി. എസ്. സുരേഷ് (പുന്നപ്ര - വയലാർ), എൻ. കെ. ഭൂപേഷ് (ശൂരനാട്) എന്നിവരാണ് ഈ സംരംഭത്തിൽ വളരെ സന്തോഷത്തോടും ആത്മാർത്ഥതയോടും പങ്കെടുത്തത്. അവരോട് നന്ദി പറഞ്ഞു തീർക്കാനാവില്ല.

ഇൻസൈറ്റ് പബ്ലിക്കയാണ് ഇത് ഏറ്റെടുത്തത് എന്നതുകൊണ്ട് അവർക്കും പ്രത്യേകിച്ച് കൃതജ്ഞത അടയാളപ്പെടുത്തുന്നില്ല.

ആധുനിക കേരളത്തിന് മറക്കാൻ പറ്റാത്ത ഒരു പ്രദേശമാണ് ശൂരനാട്. ജന്മിത്വത്തിനും സവർണാധിപത്യത്തിനുമെതിരെ ശൂരനാട്ട് നടന്ന ചെറുത്തുനിൽപ്പ് ആധുനിക കേരളത്തിന്റെ കഥ കൂടിയാണ്. അഞ്ച് പോലീസുകാരുടെ നിർഭാഗ്യകരമായ കൊലപാതകങ്ങളിലേക്ക് നയിച്ച സംഭവങ്ങൾ, പിന്നീട് നടമാടിയ പൊലീസ് ഭീകരത. പൊലീസ് കസ്റ്റഡിയിലും അല്ലാതെയും മരിച്ച നിരവധി പേർ. ഇങ്ങനെ മധ്യതിരുവിതാംകൂറിലെ ജന്മിത്വത്തിനെതിരായ മുന്നേറ്റത്തിൽ ശൂരനാട് എന്ന സ്ഥലപ്പേര് വളരെ പ്രധാനപ്പെട്ടതാണ്. 1949 ഡിസംബർ 31ന് തുടങ്ങിയ സംഭവ പരമ്പരകൾ യഥാർത്ഥത്തിൽ അവസാനിക്കുന്നത് കേരളത്തിലെ ആദ്യത്തെ കമ്മ്യൂണിസ്റ്റ് സർക്കാർ അധികാരമേറ്റെടുത്തതിന് ശേഷമാണ്. അപ്പോഴാണ്, ശൂരനാട് സംഭവത്തിന്റെ പേരിൽ ശിക്ഷിക്കപ്പെട്ടവരെ ജയിൽ മോചിതരാക്കിയത്. ഇഎംഎസ് സർക്കാരിന്റെ ആദ്യ തീരുമാനങ്ങളിൽ ഒന്നായിരുന്നു അത്. 1940 കളിൽ കേരളത്തിലെ കർഷക തൊഴിലാളികൾക്കിടയിലുണ്ടായ രാഷ്ട്രീയബോധമാണ് ശൂരനാട്ടെയും കലാപത്തിനും ചെറുത്തുനിൽപ്പിനും കാരണമായത്. ശൂരനാട് കലാപത്തിന് പിന്നിലെ കാരണങ്ങൾ, അവിടെ അന്ന് നിലനിന്നിരുന്ന സാമൂഹ്യ സാഹചര്യങ്ങൾ, ശൂരനാട് സംഭവവുമായി ബന്ധപ്പെട്ട വേട്ടയാടപ്പെട്ടവർ, രക്തസാക്ഷികൾ, സംഭവത്തിന് ശേഷം അവിടെയുണ്ടായ രാഷ്ട്രീയം എന്നിവയെക്കുറിച്ചുള്ള ചെറു വിവരണമാണ് ഇവിടെ നടത്തുന്നത്. ഇതുവരെ ശൂരനാടുമായി ബന്ധപ്പെട്ട് പുറത്തുവന്ന പുസ്തകങ്ങളുടെയും ജീവചരിത്ര കുറിപ്പുകളുമാണ് ഇതിന് ആധാരമാക്കിയിട്ടുള്ളത്. കേരളത്തെ രൂപപ്പെടുത്തിയ രാഷ്ട്രീയത്തിന്റെ കൂടി ചരിത്രമാണ് ശൂരനാട്ടേത്. അതുകൊണ്ട് തന്നെ അതെക്കുറിച്ചുള്ള ഓർമ്മപ്പെടുത്തലും പ്രധാനപ്പെട്ടതാണ്.

എൻ കെ ഭൂപേഷ്

ഉള്ളടക്കം

ജാതിയും ഭൂമിയും

ഒരു സമൂഹം ജനാധിപത്യത്തിലേക്ക്, പൗരാവകാശങ്ങളുള്ള ഒരു സംവിധാനത്തിലേക്ക് എത്തിപ്പെടുന്നതെങ്ങനെയാണ്. ഏതെങ്കിലും ഭരണാധികാരിക്ക് ഉണ്ടാകുന്ന ബോധോദയമാണോ ആ ഭൂവിഭാഗത്തെ താരതമ്യേന വിവേചന രഹിതമായ ഒരു വ്യവസ്ഥിയിലേക്ക് നയിക്കുന്നത്. ജനങ്ങൾ അവരുടെ ചരിത്രത്തെ രൂപപ്പെടുത്തുമ്പോൾ അധികാരികൾ അവരുടെ സമീപനങ്ങൾ മാറ്റാൻ നിർബന്ധിതമാകുന്നു. അല്ലെങ്കിൽ ജനങ്ങൾ അവരെ മാറ്റുന്നു. ചരിത്രത്തിന്റെ ചാലകശക്തി ഏത് മാനദണ്ഡം വെച്ച് നോക്കിയാലും ജനങ്ങളാണ്. അവർ കലാപം ചെയ്യുമ്പോൾ നിലനിൽക്കുന്ന സംവിധാനങ്ങളിൽ വിള്ളലുകൾ രൂപപ്പെടുന്നു. അത് ആടിയുലയുന്നു. തകരുന്നു. പുതിയ സംവിധാനങ്ങൾ രൂപപ്പെടുന്നു. ചരിത്രത്തിന്റെ ചലനം അങ്ങനെയാണ്.

കേരളത്തിന്റെ രൂപപ്പെടലിലും ഇത്തരം അനിവാര്യമായ പ്രക്രിയകൾ ഉണ്ട്. നീതി രഹിതവും ക്രൂരവുമായ ഒരു സംവിധാനത്തിൽനിന്ന് താരതമ്യേന മെച്ചപ്പെട്ട വ്യവസ്ഥയിലേക്ക് എത്തിയത് രക്തപങ്കിലമായ കാലത്തിലൂടെയുള്ള സഞ്ചാരത്തിന് ശേഷമാണ്. അങ്ങനെ ചരിത്രത്തിന്റെ ചാലക ശക്തികളായി കേരളത്തിൽ പ്രവർത്തിച്ചത് സമൂഹത്തിന്റെ ഏറ്റവും അടിച്ചമർത്തപ്പെട്ട വിഭാഗങ്ങളായിരുന്നു. തൊഴിലാളികളും കർഷകരും ഉൾപ്പെട്ട വിഭാഗം. ജാതി ശ്രേണിയിലെ ഏറ്റവും അടിയിൽ കിടന്നവരുടെ പ്രതികരണം വ്യവസ്ഥിതിയെ പിടിച്ചുലച്ചു. അവരുടെ ഉയിർപ്പിലൂടെയാണ് കേരളം രൂപപ്പെട്ടത്. ആ ചരിത്രത്തിൽ ഏറ്റവും പ്രധാനപ്പെട്ടതാണ് കേരളത്തിൽ കഴിഞ്ഞ നൂറ്റാണ്ടിൽ നടന്ന വിവിധങ്ങളായ കർഷക പ്രക്ഷോഭങ്ങൾ. ജന്മിത്വത്തിനും ജാതീയതയ്ക്കുമെതിരായ പ്രക്ഷോഭങ്ങൾ.

മൂന്നായി വിഭജിക്കപ്പെട്ട് കിടന്നിരുന്ന കേരളത്തിന്റെ തിരുവിതാകൂറിൽ അന്ന് നിലനിന്നിരുന്ന സാഹചര്യങ്ങളെക്കുറിച്ച് ഒരു ധാരണ, പിന്നീട് സാമൂഹ്യമാറ്റങ്ങളിലേക്ക് നയിച്ച പ്രക്ഷോഭങ്ങളെയും ചരിത്ര സംഭവങ്ങളെയും മനസ്സിലാക്കുന്നതിന് വളരെ പ്രധാനമാണ്.

19-ാം നൂറ്റാണ്ടിലെയും 20-ാം നൂറ്റാണ്ടിലെ ആദ്യ ദശകങ്ങളിലേയും കേരളത്തിലെ ഏറ്റവും പ്രധാനപ്പെട്ട അധികാര ശക്തി ഇവിടെ നിലനിന്നിരുന്ന ജാതിവ്യവസ്ഥയായിരുന്നു. ഇപ്പോഴും അത് പല രീതിയിൽ നിലനിൽക്കുന്നുണ്ടെങ്കിലും അതിന്റെ രീതിയും സ്വഭാവവും മാറി. ഇന്ത്യയിൽ തന്നെ ജാതിവ്യവസ്ഥ ഏറ്റവും അനീതിയോടെ നടപ്പിലാക്കപ്പെട്ട പ്രദേശങ്ങളിലൊന്നായിരുന്നു കേരളത്തിലെ വിവിധ ദേശങ്ങൾ. ഭരണപരമായി മൂന്ന് ഭാഗങ്ങളായി തുടർന്നുവെങ്കിലും ഈ മൂന്ന് പ്രദേശങ്ങളിലും ജാതിവ്യവസ്ഥ തീവ്രതയോടെ പാലിക്കപ്പെട്ടുവെന്നതാണ്. തൊട്ടുകൂടായ്മ വിശ്വാസ തീവ്രതയോടെ പാലിക്കപ്പെട്ടു. പൊതുവഴികളിൽ മേൽജാതിക്കാരിൽനിന്ന് പാലിക്കപ്പെടേണ്ട അകലത്തെക്കുറിച്ച് കൃത്യമായ കണക്കുകൾ ഉണ്ടായിരുന്നു. ബോധപൂർവമോ അല്ലാതെയാ അത് ലംഘിക്കപ്പെട്ടാൽ ലഭിക്കുന്ന ശിക്ഷ കനത്തതായിരുന്നു. ധരിക്കുന്ന വസ്ത്രത്തിലും, വിളിക്കുന്ന പേരുകളിലും ജാതിയാണ് നിറഞ്ഞുനിന്നത്. ജാതിയെന്നാൽ അടച്ചുപൂട്ടിയ വർഗം (Caste is enclosed class) എന്ന അംബേദ്ക്കറിന്റെ നിർവചനത്തെ ശരിവെയ്ക്കുന്ന തരത്തിൽ തന്നെയായിരുന്നു സമൂഹത്തിൽ ജാതി പലപ്പോഴും പ്രവർത്തിച്ചത്. ഭൂമിയിൽ അധികാരമില്ലാത്ത, കായിക ശേഷി വിറ്റ് ജിവിക്കുന്ന ജനതയായിരുന്നു ജാതി ശ്രേണിയിലെ അടിത്തറയിൽ ഉള്ളവർ. അവരായിരുന്നു എല്ലാ ചൂഷണങ്ങൾക്കും വിവേചനങ്ങൾക്കും വിധേയമാക്കപ്പെട്ടവർ. പൊതുവഴികളും ആരാധാന സ്വാതന്ത്ര്യവും ഇല്ലാതിരുന്നവർ. ബ്രിട്ടീഷ് ആധിപത്യം കേരളത്തിൽ പൂർണമായിട്ടും 150 വർഷങ്ങൾ കഴിഞ്ഞാണ്, ഇന്ത്യ സ്വതന്ത്ര്യ ആകുന്നതിന് തൊട്ടുമുമ്പാണ് കേരളത്തിൽ അവർണർക്ക് ക്ഷേത്രാരാധനയ്ക്കുള്ള അവകാശം കിട്ടിയത്. എന്നിട്ടും പലയിടത്തും, അത് പ്രാവർത്തികമായിരുന്നില്ല. അങ്ങനെ എല്ലാ അർത്ഥത്തിലും ഇന്ത്യയിൽ തന്നെ ഏറ്റവും ക്രൂരമായി ജാതിവ്യവസ്ഥ നടപ്പിലാക്കപ്പെട്ട പ്രദേശമായി കേരളം.

ആ സംവിധാനത്തിന്റെ ഇരകളുടെ ചെറുത്തുനിൽപ്പും കലാപങ്ങളുമാണ് കേരളത്തെ ഇപ്പോഴത്തെ പോലുള്ള ജനാധിപത്യ സമൂഹമാക്കി പരിവർത്തിപ്പിച്ചത്. കേരളത്തിലെ വിവിധ സാമൂഹ്യ പരിഷ്ക്കർത്താക്കളുടെ നേതൃത്വത്തിൽ നടന്ന നവോത്ഥാന സംരഭങ്ങൾ പോലെ തന്നെ ഈ ദേശത്തെ സംബന്ധിച്ച് പ്രധാനമാണ് കേരളത്തിലെ

അടിസ്ഥാന ജനവിഭാഗങ്ങൾ നടത്തിയ ചെറുത്തുനിൽപ്പുകൾ. പ്രത്യേകിച്ചും കാർഷിക കലാപങ്ങളാണ് കേരളത്തിന്റെ അടിസ്ഥാനപരമായ ജനാധിപത്യവൽക്കരണത്തിന് വളരെ ഏറെ മുന്നോട്ടുകൊണ്ടുപോയത്. 20-ാം നൂറ്റാണ്ടിന്റെ ആദ്യ പകുതിയിൽ പല ഘട്ടങ്ങളിലായി നടന്ന കാർഷിക കലാപങ്ങളെക്കുറിച്ച്, അതിലെ രക്തസാക്ഷികളെക്കുറിച്ച് പറയാതെ കേരളത്തിന്റെ വർത്തമാന കാലത്തേക്കുള്ള പരിവർത്തനത്തെക്കുറിച്ച് പറയാൻ കഴിയില്ല. ഇത്തരം കലാപങ്ങൾ അനിവാര്യമാക്കിയ സാഹചര്യങ്ങൾ എല്ലായിടങ്ങളിലും ഒന്നുതന്നെയായിരുന്നുവെങ്കിലും ഒരോ പ്രദേശത്തും സവിശേഷമായ കാരണങ്ങളും ഉയർന്നുവന്നതാണ് വലിയ കലാപങ്ങളിലേക്ക് പല ദേശങ്ങളെയും നശിച്ചത്. നേരത്തെ സൂചിപ്പിച്ചതുപോലെ, കേരളത്തിൽ പല പ്രക്ഷോഭങ്ങളും നടന്നത് കാർഷിക മേഖലയുമായി ബന്ധപ്പെട്ടായിരുന്നു. അതിൽ കാർഷിക മേഖലയിൽ അന്ന് നിലനിന്ന ഫ്യൂഡൽ സമ്പ്രദായത്തിനെതിരായ പ്രതിഷേധമുണ്ടായിരുന്നു, അതുപോലെ ജാതി മർദ്ദനത്തിനെതിരായ കലാപം കൂടിയായിട്ടാണ് ചില സ്ഥലങ്ങളിൽ കാർഷിക കലാപങ്ങൾ രൂപപ്പെട്ടത്. ചില സ്ഥലങ്ങളിൽ കാർഷികപ്രക്ഷോഭങ്ങൾ ഒരേ സമയം ജന്മിത്വ വിരുദ്ധവും ഫലത്തിൽ ജാതിവിരുദ്ധവുമായിരുന്നു. അങ്ങനെ കേരളത്തിന്റെ ചരിത്രത്തെ തന്നെ പുരോഗമനപരമായി രൂപപ്പെടുത്തിയ 20-ാം നൂറ്റാണ്ടിൽ നടന്ന കാർഷിക കലാപങ്ങളെ മനസ്സിലാക്കാൻ അന്ന് നിലനിന്നിരുന്ന കൃഷിയുമായി ബന്ധപ്പെട്ടുള്ള അധികാര വ്യവസ്ഥകളെക്കുറിച്ച് മനസ്സിലാക്കേണ്ടതുണ്ട്. അന്ന് കേരളം രൂപപ്പെട്ടിരുന്നില്ലെന്നതു കൊണ്ട് തന്നെ മലബാറിലും തിരുവിതാംകൂർ മേഖലയിലും നിലനിന്ന് പോന്ന സമ്പ്രദായങ്ങൾ ഭിന്നമായിരുന്നു. രണ്ട് പ്രദേശങ്ങളിലും ചൂഷണത്തിലധിഷ്ഠിതമായ കാർഷിക സമ്പ്രദായങ്ങളാണ് നിലനിന്ന് പോന്നിരുന്നതെങ്കിലും അതിൽ ചില വ്യത്യാസങ്ങൾ കാണാൻ കഴിയും.

കേരളത്തിന്റെ നിയന്ത്രണം നേരിട്ടും നാട്ടുരാജാക്കന്മാർ വഴി ബ്രിട്ടീഷുകാർ പൂർണ നിയന്ത്രണത്തിലാക്കുന്നതിന് ശേഷം അതിന് മുമ്പുള്ളതിനെക്കാൾ കേരളത്തിലെ അടിസ്ഥാന ജാതി വിഭാഗങ്ങളുടെ സ്ഥിതി മോശമാകുകയാണ് ചെയ്തിട്ടുള്ളതെന്ന് പല ചരിത്രകാരന്മാരും വ്യക്തമാക്കിയിട്ടുള്ളതാണ്. ' പഴയ നാടുവാഴി ഭരണകാലത്തുണ്ടായിരുന്ന ജാതി ജന്മി നാടുവാഴി മേധാവിത്വം എത്ര മർദനപരമായിരുന്നാലും അതിൻ കീഴിൽ ഏറ്റവും അധികം മർദ്ദനം അനുഭവിച്ചിരുന്ന അധഃകൃതരുടെയും അവശസമുദായങ്ങളുടെയും സ്ഥിതി അന്നത്തെക്കാൾ എത്രയോ ദുരിതമയമാകുകയാണ് ബ്രിട്ടീഷ് ഭരണകാലത്തുണ്ടായത്.

എന്തുകൊണ്ടെന്നാൽ ജന്മിയും കുടിയാനും തമ്മിലും കൂലിപണിയെടുക്കുന്ന ആളും എടുപ്പിക്കുന്ന ആളും തമ്മിലുള്ള ബന്ധം നാട്ടുവാഴിത്ത ഭരണത്തിൽ കീഴിലെത്തെക്കാൾ എത്രയോ അധികം വഷളായി തീരുകയാണുണ്ടായത്" (ഇ എം എസ് നമ്പൂതിരിപ്പാട്: കേരള ചരിത്രം മാർക്സിസ്റ്റ് വീക്ഷണത്തിൽ).

എന്നാൽ നേരിട്ട് ബ്രിട്ടീഷ് ഭരണത്തിൽ കീഴിൽ അല്ലാതിരുന്ന പ്രദേശങ്ങളിലെ സ്ഥിതി എന്തായിരുന്നു? ഇവിടെയും ഭൂമിയിലെ അവകാശം ജാതി ശ്രേണിയിൽ മുകളിൽനിൽക്കുന്നവർക്ക് മാത്രമായിരുന്നു. ജാതി-ജന്മി-നാട്ടുവാഴി സമൂഹം എന്നു വിളിക്കപ്പെട്ട സമൂഹമായിരുന്നു അന്നത്തേത്. ഭൂമിക്ക് മേലുള്ള ചെറിയ വിഭാഗത്തിന്റെ ആധിപത്യം ഒരു സാമ്പത്തിക വിഷയം മാത്രമായി കാണാൻ കഴിയുന്നതായിരുന്നില്ല. സാമ്പത്തിക മേഖലയിൽ ജന്മിമാരുടെയും സാമൂഹ്യ രംഗത്ത് സവർണ ജാതികളിൽപ്പെട്ടവരുടെയും ആധിപത്യമാണ് അന്ന് നിലനിന്നത്. ജാതിയുടെ ശ്രേണി ബന്ധമെന്നത് ഭൂമിയിലെ അവകാശങ്ങളുടെ കൂടി അടിസ്ഥാനത്തിലാണ് അന്ന് നിലനിർത്തി പോന്നത് എന്ന് പറയാം. ജാതിയെന്നത് സ്വത്തവകാശത്തിന്റെ പേരിൽ മാത്രം നിലനിൽക്കുന്നതല്ലെന്ന് വ്യക്തമാകുമ്പോഴും അന്നത്തെ സ്ഥിതി അത് കൂടിയായിരുന്നു. കേരളത്തിൽ ജനാധിപത്യ സർക്കാർ രൂപീകരിക്കപ്പെടുന്നത് വരെ അതായിരുന്നു സ്ഥിതി.

അന്ന് നിലനിന്നു പോന്ന ഈ സാമൂഹ്യ അവസ്ഥയ്ക്കെതിരായ കലാപം കൂടിയായിരുന്നു കേരളത്തിൽ വിവിധ ഇടങ്ങളിൽ പൊട്ടി പുറപ്പെട്ട കാർഷിക കലാപങ്ങൾ. കേരളത്തിൽ പിന്നീട് രൂപപ്പെട്ട രാഷ്ട്രീയത്തെ ഈ സമരങ്ങൾ വലിയ രീതിയിൽ സ്വാധീനിച്ചു. ഐക്യ കേരളത്തിന്റെ രാഷ്ട്രീയ സഞ്ചാരങ്ങളുടെ അടിത്തറ കൂടിയായിരുന്നു ഈ സമരങ്ങൾ

മലബാറിലും തിരുവിതാംകൂറിലേയും അന്ന് നിലനിന്നിരുന്ന കാർഷിക വ്യവസ്ഥകൾ തമ്മിൽ വ്യത്യാസമുണ്ടായിരുന്നു. തിരുവിതാംകൂറിൽ പത്തൊമ്പതാം നൂറ്റാണ്ടിന്റ അവസാനത്തോടെ തന്നെ ഭൂപരിഷ്ക്കരണ നടപടികൾ ആരംഭിച്ചിരുന്നുവെന്ന് പറയാം. 1885 ൽ പട്ടം പ്രഖ്യാപനം ഉണ്ടായി. 1896 ൽ ജന്മി കുടിയാൻ നിയമവും നിലവിൽ വന്നു. ജന്മിമാരെ നിയന്ത്രിക്കുന്നതിനും പാട്ടഭൂമിയിൽ കുടിയാന്റെ അവകാശം ഉറപ്പിക്കുന്നതിനുമുള്ള നടപടികളായിരുന്നു ഈ നിയമങ്ങളുടെ ലക്ഷ്യം. ഇങ്ങനെയൊക്കെ ഉണ്ടായിരുന്നുവെങ്കിലും പാടത്ത് പണിയെടുക്കുന്ന അധഃസ്ഥിത ജനവിഭാഗത്തിന്റെ ദുരിതാവസ്ഥകൾക്ക് ഒരു മാറ്റവും ഉണ്ടായിരുന്നില്ല.

അതേസമയം നിരന്തരമായ ശ്രമങ്ങളുടെ ഭാഗമായി ചില സാമൂഹ്യ മാറ്റങ്ങൾ കൊണ്ടുവരാൻ തിരുവിതാംകൂർ രാജാവ് നിർബന്ധിതനാകുന്നുമുണ്ടായിരുന്നു. ക്ഷേത്ര പ്രവേശന വിളംബരം അങ്ങനെ ഉണ്ടാകുന്നതാണ്. വലിയ രീതിയിലുള്ള സാമൂഹ്യ പരിഷ്ക്കാര- നവോത്ഥാന ശ്രമങ്ങൾ നടക്കുമ്പോഴും അടിച്ചമർത്തപ്പെട്ട വിഭാഗങ്ങളിൽ പോലും അടിമത്ത ബോധം ചിലരില്ലെങ്കിലും പ്രവർത്തിച്ചിരുന്നത് വിധി കൽപിതമാണ് അത് എന്ന മട്ടിലായിരുന്നു. അതായാത് താൻ ഇങ്ങനെ ജീവിക്കാൻ വിധിക്കപ്പെട്ടത് ദൈവത്തിന്റെ തീരുമാനമാണെന്ന മട്ടിൽ. തന്റെ നാട്ടിൽ ക്ഷേത്ര പ്രവേശന വിളംബരം നടപ്പിലാക്കാൻ ശ്രമിച്ചപ്പോൾ താണതെന്ന് വിളിക്കപ്പെടുന്ന ജാതിയിൽപെട്ട ഒരാൾ പ്രതികരിച്ചതെങ്ങനെയെന്ന് പുതുശ്ശേരി രാമചന്ദ്രൻ തന്റെ ആത്മകഥയിൽ പറയുന്നുണ്ട്. ക്ഷേത്ര പ്രവേശന വിളംബരം വരുന്ന ദിവസം പുലയരും കുറവരുമായ ചിലരെ ക്ഷേത്രത്തിലേക്ക് പ്രവേശിപ്പിക്കാൻ ശ്രമിച്ചപ്പോൾ ' ഏനമ്പലത്തിക്കേറി തൊട്ടുമുടിക്കത്തില്ലേ' എന്ന് അലറി വിളിച്ച കരഞ്ഞ രാമൻ കുറവനെകുറിച്ചാണ് പുതുശ്ശേരി ഓർത്തെടുക്കുന്നത്. ഇത്തരത്തിലുള്ള സംഭവങ്ങൾ നിരവധി അക്കാലത്തെ ഓർമ്മക്കുറിപ്പുകളിൽനിന്നും ചരിത്ര പുസ്തകങ്ങളിലും ലഭ്യമാണ്. സമാനമായ ഒരു കഥയാണ് ഒളിവിലെ ഓർമ്മകളിൽ തോപ്പിൽ ഭാസി പറയുന്നത്. അദ്ദേഹം തന്റെ വീട്ടിൽ നടന്ന അനുഭവത്തെ ക്കുറിച്ച് ഇങ്ങനെ ഓർത്തെടുക്കുന്നു. തോപ്പിൽ ഭാസിയുടെ വീട്ടിൽ ജോലിക്ക് നിൽക്കുന്ന പുലയനായ ഒരു തൊഴിലാളിയെ ഭാസിയുടെ അച്ഛൻ ക്രൂരമായി മർദ്ദിക്കുന്നു. അത് ഒരു പതിവാണത്രെ. ഒരു തവണ മർദ്ദനം അങ്ങേയറ്റം ക്രൂരമായി. പിറ്റേന്ന് ഈഴവനായ മറ്റൊരു തൊഴിലാളി, ഭാസിയുടെ അച്ഛനോട് മർദ്ദനം കടുത്തുപോയെന്ന് പറഞ്ഞു. അപ്പോൾ മർദ്ദനത്തിന് വിധേയനായ പുലയ തൊഴിലാളി പറയുന്നത് എന്റെ തമ്പുരാൻ എന്നെ തല്ലിയത് ചോദിക്കാൻ നീ ആരാണെന്നാണെന്ന് ഭാസി തന്റെ ഓർമ്മകുറിപ്പകളിൽ എഴുതുന്നുണ്ട്. ക്രൂരന്മാര തമ്പുരാക്കൻ മാർക്ക് ഒരു വിനോദമായിരുന്നു ഇത്തരത്തിലുള്ള മർദ്ദനങ്ങൾ. കൂടുതൽ മർദ്ദിക്കുന്ന ദിവസം ആ തൊഴിലാളിക്ക് രണ്ടിടങ്ങഴി നെല്ലും രണ്ടുതുടം എണ്ണയും കൊടുക്കുക പതിവാണത്രെ! ഇതായിരുന്നു തിരുവിതാംകൂറിലെയും അവസ്ഥ. അതായത് ഭൂപരിഷ്ക്കരണവുമായി ബന്ധപ്പെട്ട് ബ്രിട്ടീഷ് മലബാറിൽനിന്ന് വ്യത്യസ്തമായി ചില നടപടികൾ സ്വീകരിക്കപ്പെട്ടിരുന്നുവെങ്കിലും കർഷക തൊഴിലാളികൾ നേരിട്ട അവസ്ഥ ഭീകരമമായിരുന്നു. ഇതിനെതിരായ പ്രതിഷേധങ്ങൾക്ക് രാഷ്ട്രീയ രൂപവും ഉണ്ടായി വരുന്നുണ്ടായിരുന്നു.

രാഷ്ട്രീയ ബോധത്തിലേക്കുണരുന്ന കർഷക തൊഴിലാളികൾ

നിരന്തരമായ ചൂഷണവും പീഡനവും നേരിട്ടുകൊണ്ടായിരുന്നു തെക്കൻ തിരുവിതാംകൂറിലെ കർഷക തൊഴിലാളികളുടെ ജീവിതം. ഇതിനെതിരെ തിരുവിതാംകൂറിലെ വിവിധ ഭാഗങ്ങളിൽ പല തരത്തിലുള്ള ചെറുത്തുനിൽപ്പുകൾ ദുർബലമായിട്ടാണെങ്കിലും ഉണ്ടായിവരുന്നുണ്ടായിരുന്നു. അങ്ങനെ അടിമ തൊഴിലാളികളുടെ ചെറിയ ചെറുത്തുനിൽപ്പുകൾ പോലും ജന്മിമാരെയും ഭൂ ഉടമസ്ഥരെയും വല്ലാതെ അസ്വസ്ഥരാക്കുകയും അവർ കൂടുതൽ മനുഷ്യത്വ വിരുദ്ധമായ ആക്രമണത്തിലേക്ക് തിരിയുകയും ചെയ്തു. തങ്ങൾ ചൂഷണം ചെയ്യപ്പെടുകയാണെന്നും സംഘടിതരായി ചെറുത്തുനിൽക്കുക മാത്രമാണ് ജീവിക്കാനുള്ള മാർഗം എന്ന രാഷ്ട്രീയ ബോധം തൊഴിലാളികളിൽ ഉണ്ടായി തുടങ്ങിയിരുന്നു. പുന്നപ്ര വയലാറടക്കമുള്ള രാഷ്ട്രീയ സംഭവങ്ങളുടെ ചെറിയ അനുരണനങ്ങൾ മധ്യ തിരുവിതാംകൂറിലെയും തെക്കൻ കേരളത്തിലെയും തൊഴിലാളികളിലും അടിസ്ഥാന വിഭാഗക്കാരിലും പടർന്നു തുടങ്ങിയിരുന്നു. എണ്ണയ്ക്കാട്ട് എന്ന ഗ്രാമത്തിൽ നടന്ന സംഭവം അക്കാലത്തെക്കുറിച്ചുള്ള നിരവധി ഓർമ്മക്കുറിപ്പുകളിൽ ആവർത്തിച്ച് പരാമർശിക്കപ്പെടുന്നതാണ്. ഗ്രാമത്തിലെ കൊട്ടാരത്തിൽ തമ്പുരാൻ അടിയാന്മാരിൽ ഒരാളായ കാഞ്ഞിരവിളയിൽ കുട്ടിയെന്ന കർഷക തൊഴിലാളിയോട് കുടിയൊഴിയാൻ ആവശ്യപ്പെട്ടു. എന്നാൽ അന്നാട്ടിലെ ജന്മി തമ്പുരാക്കന്മാരെ ഞെട്ടിച്ചുകൊണ്ട് കുട്ടി താൻ കുടിയൊഴിയാൻ തയ്യാറല്ലെന്ന് പ്രഖ്യാപിക്കുകയായിരുന്നു. ആ നാട്ടിലെ ജന്മി തമ്പുരാക്കന്മാരെ സംബന്ധിച്ച് ആദ്യമായിട്ടായിരുന്നു ഇത്തരത്തിലൊരു മറുപടി. അങ്ങനെയൊരു 'ധിക്കാരം' തൊഴിലാളികളിൽനിന്ന് ഇതുവരെ അവർ അനുഭവിച്ചിരുന്നില്ല. കുട്ടി കൃഷി ചെയ്തിരുന്ന മരച്ചീനി

പിഴുതുകളയുകയും അദ്ദേഹത്തിന്റെ മാടം പൊളിച്ചു കളയാനും ശ്രമം നടന്നു. ഇതിനെ തൊഴിലാളികൾ സംഘടിതമായി ചെറുത്തു. കമ്മ്യൂണിസ്റ്റുകാരുടെ സ്വാധീനമാണ് ഇത്തരത്തിലൊരു ചെറുത്തുനിൽപ്പിന് പിന്നിലെന്ന നിഗമനത്തിലാണ് ഇതോടെ നാട്ടിലെ ജന്മിമാർ എത്തിയത്. കർഷക തൊഴിലാളികൾക്കെതിരെ കള്ളക്കേസ് കൊടുത്ത് അവരെ പൊലീസിനെ കൊണ്ട് കസ്റ്റഡിയിൽ എടുപ്പിക്കുകയാണ് നാട്ടിലെ ജന്മി പ്രമാണിമാർ ചെയ്തത്. പുലയ സമുദായത്തിൽപ്പെട്ടവരായിരുന്നു കർഷക തൊഴിലാളികൾ. പിടികൂടിയ കർഷക തൊഴിലാളികളെ കന്നുകാലികളെ കാശാപ്പിനു കൊണ്ടുപോകുന്നത് പോലെ റോഡിലൂടെ തെളിച്ച് കൊണ്ടുപോകുകയായിരുന്നുവെന്നാണ് ഈ സംഭവത്തെക്കുറിച്ച് പറയുന്ന നിരവധി ഓർമ്മക്കുറിപ്പുകളിൽ പറയുന്നത്. കമ്മ്യൂണിസ്റ്റ് പാർട്ടിയുടെ പ്രവർത്തനം ഈ മേഖലയിലും ആരംഭിച്ചപ്പോഴാണ് അതിഭീകരമായ ആക്രമണം കർഷക തൊഴിലാളികൾക്ക് നേരെ പൊലീസും ജന്മിമാരും ആക്രമണം അഴിച്ചുവിട്ടത്. പിന്നീട് കേരളത്തിന്റെ പ്രഥമ സ്പീക്കറായ കമ്മ്യൂണിസറ്റ് നേതാവ് ശങ്കരനാരായണൻ തമ്പിയായിരുന്നു ഈ മേഖലയിലെ പ്രധാന പാർട്ടി നേതാവ്. അദ്ദേഹത്തോടൊപ്പം എണ്ണയ്ക്കാട് പ്രദേശത്തെ കമ്മ്യൂണിസ്റ്റ് പ്രവർത്തനങ്ങൾക്കും തൊഴിലാളികളുടെ ചെറുത്തുനിൽപ്പിനും നേതൃത്വം നൽകിയവരിൽ പ്രമുഖൻ പുതുപ്പള്ളി രാഘവൻ ആയിരുന്നു. അദ്ദേഹം ഈ മേഖലയിൽ നടന്ന പൊലീസ്- ജന്മി ആക്രമണത്തെ തന്റെ ആത്മകഥയിൽ വിശദമാക്കുന്നുണ്ട്. ‘ കയ്യിൽ കിട്ടിയ ആണുങ്ങളെ - കർഷകത്തൊഴിലാളികളെ -കയ്യിൽകിട്ടിയിടത്തുവെച്ചുതന്നെ അടിച്ചും ഇടിച്ചും തൊഴിച്ചും ലാത്തികൊണ്ട് കുത്തിയും അവശരാക്കി. അവസാനം കൈകൾ പിന്നിൽ പിടിച്ചുകെട്ടി ഗ്രാമത്തിൽ കൊട്ടാരത്തിന്റെ പടിക്കലിലൂടെ എണ്ണയ്ക്കാട്ടെ ചന്തയിലേക്ക് ആട്ടിതെളിയിച്ചു. ..കർഷക തൊഴിലാളികളെ ഇങ്ങനെ വഴിനീളെ അടിച്ചും ഇടിച്ചും തൊഴിച്ചും ആട്ടിതെളിയിക്കുന്നത് ഗ്രാമത്തിൽ കൊട്ടാരത്തിന്റെ തിരുമുറ്റത്തുനിന്ന് തമ്പുരാനും ശിങ്കിടികളും കണ്ടു രസിച്ച്’ (വിപ്ലവ സ്മരണകൾ-പുതുപ്പള്ളി രാഘവൻ). അന്നത്തെ ഭൂവുടമകളും ജന്മികളുമായ സവർണർ എങ്ങനെയാണ് കർഷക തൊഴിലാളികളെ കണ്ടത് എന്നത് ഈ സംഭവത്തിൽനിന്ന് വ്യക്തമാകുന്നുണ്ട്. ഇങ്ങനെ അങ്ങേയറ്റം മനുഷ്യത്വ വിരുദ്ധമായ സംവിധാനം തുടരുമ്പോഴും ഇതിനെതിരായ അവബോധം തൊഴിലാളികളിൽ വർധിച്ച തോതിൽ രൂപപ്പെട്ടുന്നുണ്ടായിരുന്നു. ഇതിന് പലകാരണങ്ങൾ കണ്ടെത്താമെങ്കിലും സമീപ പ്രദേശങ്ങളിൽ നടന്ന സംഭവങ്ങൾ തൊഴിലാളികൾക്കിടയിലെ അവകാശബോധത്തെ പ്രചോദിപ്പിച്ചു. അതിൽ പ്രധാനം പുന്നപ്ര വയലാർ സമരമായിരുന്നു. അതുപോലെ, ഈ പ്രദേശത്തുനിന്ന്

കൂടുതലായി കർഷകത്തൊഴിലാളികൾ പല സമയങ്ങളിലും കുട്ടനാട്ടിൽ കൃഷിപ്പണിക്ക് പോയിരുന്നു. അവിടെ യൂണിയൻ പ്രവർത്തനങ്ങളാലും കമ്മ്യൂണിസ്റ്റുകാരുടെ പ്രവർത്താലുമെല്ലാം തൊഴിലാളികളുടെ അവകാശബോധം തിരുവിതാംകൂറിലെ മറ്റ് പ്രദേശങ്ങളിൽനിന്ന് വ്യത്യസ്തമായിരുന്നു. താരതമ്യേന കൂടുതൽ രാഷ്ട്രീയവൽക്കരിക്കപ്പെട്ട അവിടുത്തെ തൊഴിലാളികളുടെ അനുഭവവും ഈ പ്രദേശത്തുള്ളവരെ സ്വാധീനിച്ചുവെന്നുവേണം മനസ്സിലാക്കാൻ. എന്തുകൊണ്ടാണ് കർഷക തൊഴിലാളികൾക്കിടയിൽ രാഷ്ട്രീയ ബോധം ഉണ്ടായതെന്ന രീതിയിലുള്ള തോപ്പിൽ ഭാസി, രാഷ്ട്രീയ പ്രവർത്തനത്തിന്റെ ആദ്യ ദിനങ്ങളിൽ ചോദിച്ച ചോദ്യത്തിന് പുതുപ്പള്ളി രാഘവൻ നൽകിയ മറുപടി അദ്ദേഹം തന്റെ ആത്മകഥയിൽ വിശദീകരിക്കുന്നുണ്ട്. ‘ കുട്ടനാട്ടിലെ കർഷകതൊഴിലാളികൾ സമ്പാദിച്ച സാമ്പത്തിക നേട്ടങ്ങളും അടിയന്തിരാവശ്യങ്ങളും അവർ നെടുനാൾ നടത്തിയ സമരങ്ങളുടെ ഫലങ്ങളാണ്.. ആ കർഷക തൊഴിലാളികളുണ്ടല്ലോ, അവർ കൈമെയ് മറന്നുറച്ച് അവരാലാവും വിധം മഹത്തായ പുന്നപ്ര വയലാർ സമരത്തിൽ പങ്കെടുത്തവരാണ്. ഇങ്ങനെയുള്ള കുട്ടനാടൻ കർഷകത്തൊഴിലാളികളുമൊത്താണ് കുട്ടനാട്ടിൽ പുഞ്ചക്കൊയ്ത്തിന് ചെല്ലുന്ന മധ്യ തിരുവിതാംകൂറിലെ കർഷകത്തൊഴിലാളികളും പണിയെടുക്കുന്നതും ജീവിക്കുന്നതും’. ഈ സാമീപ്യം അവരെ കൂടുതൽ രാഷ്ട്രീയബോധമുള്ളവരും, സ്വന്തം അവകാശങ്ങളെക്കുറിച്ച് ചിന്തിക്കാനും പ്രേരിപ്പിച്ചുവെന്നാണ് അന്ന് ആ മേഖലയിൽ പ്രവർത്തിച്ച പുതുപ്പള്ളി രാഘവൻ പറയുന്നത്.

1940 കളുടെ അവസാനപാദം എന്നത് വലിയ മാറ്റത്തിന്റെ കാലം കൂടിയായിരുന്നു. കേരളത്തിന്റെ ചരിത്രത്തിൽ നിർണായകമായ പുന്നപ്ര വയലാർ സമരം, ഇന്ത്യൻ സ്വതന്ത്ര്യം, ഐക്യ കേരള പ്രസ്ഥാനം, തിരു-കൊച്ചി സർക്കാർ രൂപികരണം, തെരഞ്ഞെടുപ്പുകൾ അങ്ങനെ പല പല രാഷ്ട്രീയ സംഭവങ്ങൾ, കേരളത്തിന്റെ അടിത്തറ പാകുകയായിരുന്നു. ഈ സംഭവങ്ങളൊക്കെയും എല്ലാ വിഭാഗം ജനങ്ങളെയും രാഷ്ട്രീയവൽക്കരിക്കുന്നതിന് കാരണമായി.

പുന്നപ്ര വയലാർ സമരത്തോട് കോൺഗ്രസുകാർ സ്വീകരിച്ച സമീപനം പലരെയും കമ്മ്യൂണിസ്റ്റ് പാർട്ടിയിലേക്ക് അടുപ്പിച്ചു. തെക്കൻ തിരുവിതാംകൂറിലെ പലയിടങ്ങളിലും കമ്മ്യൂണിസ്റ്റ് പാർട്ടിയിലേക്ക് നേതാക്കൾ അടുക്കുന്നത് ഇക്കാലത്താണ്. തിരുവിതാംകൂറിൽ ജനകീയ മന്ത്രിസഭ വന്നതോടെ അതിന്റെ പ്രവർത്തനത്തിലും സർക്കാരിന്റെ നിലപാടുകളിലുമുള്ള അതൃപ്തിയും പല കോൺഗ്രസ്സുകാരെയും പാർട്ടിയിൽനിന്നകറ്റി. വള്ളിക്കുന്ന് പോലുള്ള പ്രദേശങ്ങളിൽ കമ്മ്യൂണിസ്റ്റ്

പ്രവർത്തനങ്ങൾ സജീവമാകുന്നത് ഇതോടെയാണ്. കമ്മ്യൂണിസ്റ്റ് പാർട്ടിയെ സംഘടിപ്പിക്കുന്നതിനും നിരാശരായ കോൺഗ്രസ് നേതാക്കളിൽ കമ്മ്യൂണിസ്റ്റ് ആശയങ്ങളുടെ പ്രചാരണം നടത്തുന്നതിലും വലിയ പങ്ക് വഹിച്ച വ്യക്തിത്വമാണ് പുതുപ്പള്ളി രാഘവന്റേത്. പുതുപ്പള്ളിയുടെ ജീവിതകഥ ഈ മേഖലയിലെ കമ്മ്യൂണിസ്റ്റ് പാർട്ടിയുടെ വളർച്ചയുമായി അഭേദ്യമായി ബന്ധപ്പെട്ടു കിടക്കുന്നതാണ്.

1937 ൽ കമ്മ്യൂണിസ്റ്റ് പാർട്ടിയുടെ ഘടകം മലബാറിൽ രൂപീകരിക്കുന്നതിന് മുമ്പ് തന്നെ 1931 ഏപ്രിൽ മാസത്തിൽ തിരുവനന്തപുരത്ത് തൈക്കാട് വെച്ച് കമ്മ്യൂണിസ്റ്റ് ലീഗ് രൂപം കൊണ്ടിരുന്നു. പൊന്നറ ശ്രീധർ, എൻ പി കുരുക്കൾ, എൻ സി ശേഖർ തുടങ്ങിയ എട്ട് പേരായിരുന്നു ഇതിന്റെ പിന്നിൽ. രണ്ട് ദിവസത്തിനകം തിരുവിതാംകൂർ ഭരണകൂടം ആ സംഘടനനിരോധിച്ചു. ഈ സംഘടന പിന്നീട് തിരുവിതാംകൂർ യൂത്ത് ലീഗ് എന്ന പേരിൽ പ്രവർത്തിക്കുകയായിരുന്നു. ഇതിന്റെ പ്രവർത്തകനായിരുന്നു അന്ന് പുതുപ്പള്ളി രാഘവൻ. അദ്ദേഹം തന്റെ പ്രവർത്തനം തെക്കൻ തിരുവിതാംകൂറിലേക്ക് മാറ്റുന്നതിന് മുമ്പ് തന്നെ വിവിധ ഘട്ടങ്ങളിലായി നിരവധി വർഷങ്ങൾ തടവിലാക്കപ്പെട്ടിട്ടുണ്ട്.

സ്വാതന്ത്ര്യത്തിന് ശേഷം തിരുവിതാംകൂറിലടക്കം ജനകീയ സർക്കാർ രൂപീകരിച്ചതോടെ അതുവരെ കോൺഗ്രസിനെ എതിർത്തവർ പോലും അവരെ പിന്തുണയ്ക്കാൻ തുടങ്ങി, ആ സംഘടനയുടെ ആളുകളായി അവർ മാറി. സർക്കാരിന്റെ സമീപനങ്ങളിൽ സാധാരണക്കാരുടെ ആവശ്യങ്ങൾ പരിഗണിക്കപ്പെടുന്നില്ലെന്ന തോന്നലും ഉണ്ടാക്കപ്പെട്ടു. ഇങ്ങനെയാണ് നേരത്തെ സൂചിപ്പിച്ചതുപോലെ, പലരും സംഘടനയിൽ നിന്നകലുന്നത്. ഇങ്ങനെ കോൺഗ്രസുമായി അകന്നുനിന്നവരെ കമ്മ്യൂണിസ്റ്റ് പ്രസ്ഥാനത്തിലേക്ക് അടുപ്പിക്കുകയാണ് പുതുപ്പള്ളി രാഘവനെ പോലുള്ള ആദ്യകാല കമ്മ്യൂണിസ്റ്റ് നേതാക്കൾ ചെയ്തത്. തോപ്പിൽ ഭാസി, കാമ്പിശ്ശേരി കരുണാകരൻ തുടങ്ങിയവർ അന്ന് സ്റ്റേറ്റ് കോൺഗ്രസിലായിരുന്നുവെങ്കിലും പാർട്ടിയുടെ നിലപാടുകളിൽ അസ്വസ്ഥരായിരുന്നു. ഇവരെയാണ് കമ്മ്യൂണിസ്റ്റ് പാർട്ടിയിലേക്ക് പുതുപ്പള്ളി രാഘവൻ അടുപ്പിച്ചത്. ഇതെക്കുറിച്ച് പുതുശ്ശേരി രാമചന്ദ്രൻ തന്റെ ജീവിതകഥയായ തിളച്ചമണ്ണിൽ കാൽനടയായി എന്ന പുസ്തകത്തിൽ വിശദീകരിക്കുന്നുണ്ട്. അക്കാലത്ത് മധ്യ തിരുവിതാംകൂറിലെ നാല് താലൂക്കുകൾ ചേർന്നായിരുന്നു കോൺഗ്രസിന്റെ കായകുളം കമ്മിറ്റി. തോപ്പിൽ ഭാസ്കരൻ പിള്ള (തോപ്പിൽ ഭാസി), കാമ്പിശ്ശേരി കരുണാകരൻ, കേശവൻ പോറ്റി എന്നിവരായിരുന്നു അന്ന് അവിടുത്തെ പ്രധാന നേതാക്കൾ. ഇവരെല്ലാവരും തന്നെ കോൺഗ്രസിന്റെ സമീപനങ്ങളിൽ

ഉള്ള എതിർപ്പിനെ തുടർന്ന് പാർട്ടിയിൽനിന്ന് അകന്നു കഴിയുകയായിരുന്നു. ഇങ്ങനെ കോൺഗ്രസിന്റെ സമീപനങ്ങളിൽ എതിർപ്പുള്ളവർക്കാണ് പുതുപ്പള്ളി രാഘവൻ കമ്മ്യൂണിസ്റ്റ് ദർശനങ്ങൾ വിവരിച്ചുകൊടുത്തത്. തോപ്പിൽ ഭാസിയടക്കമുള്ളവരെ കമ്മ്യൂണിസ്റ്റ് പാർട്ടിയിലേക്ക് പുതുപ്പള്ളി രാഘവൻ എങ്ങനെയാണ് കമ്മ്യൂണിസ്റ്റ് പാർട്ടിയിലേക്ക് അടുപ്പിച്ചതെന്ന് പുതുശ്ശേരി രാമചന്ദ്രൻ ഇങ്ങനെ വിവരിക്കുന്നു: സാർവദേശീയ, ദേശീയ, പ്രാദേശിക രാഷ്ട്രീയത്തെ കമ്മ്യൂണിസ്റ്റ് പാർട്ടിയുടെ കാഴ്ചപാടിൽ അദ്ദേഹം അവർക്ക് വിശദീകരിച്ചു കൊടുത്തു. അവർക്ക് സ്വാനുഭവത്തിന്റെ അടിസ്ഥാനത്തിൽ അത് ബോധ്യമായി. അങ്ങനെ 1948 ഒക്ടോബർ 14 ന് പുതുപ്പള്ളി രാഘവന്റെ കാർമ്മികത്വത്തിൽ വള്ളിക്കുന്നത്തെ കമ്മ്യൂണിസ്റ്റ് പാർട്ടി ഘടകം നിലവിൽ വന്നു. കെ എൻ ഗോപാലനെ സെക്രട്ടറിയായി തെരഞ്ഞെടുത്തു. അത് മധ്യ തിരുവിതാംകൂറിലെ രണ്ടാമത്തെ കമ്മ്യൂണിസ്റ്റ് ഘടകമായിരുന്നു. ആദ്യത്തെ ഘടകം ശങ്കരനാരായണൻ തമ്പിയുടെ നേതൃത്വത്തിൽ എണ്ണയ്ക്കാട്ട് സംഘടിപ്പിച്ചിരുന്നു. പിന്നീട് മധ്യ തിരുവിതാംകൂറിന്റെ ചരിത്രം തന്നെ മാറ്റിയെഴുതിയ സംഭവ പരമ്പരകളുടെ ഊർജ്ജ കേന്ദ്രമായി വള്ളിക്കുന്നത്തെ കമ്മ്യൂണിസ്റ്റ് പാർട്ടി മാറി.' (തിളച്ച മണ്ണിൽ കാൽ നടയായി)

മധ്യ കേരളത്തിൽ കമ്മ്യൂണിസ്റ്റ് പാർട്ടിയുടെ രണ്ടാമത്തെ ഘടകം സ്ഥാപിക്കപ്പെട്ടതിൽ മുഖ്യ പങ്ക് വഹിച്ചത് പുതുപ്പള്ളി രാഘവൻ ആണെന്ന് കാണാം. നേരത്തെ സൂചിപ്പിച്ചത് പോലെ, എണ്ണയ്ക്കാട്ട് കർഷകരുടെ ഉയർത്തെഴുന്നേൽപ്പിന് അടക്കം കാരണമായി എന്ന് അധികാരികൾ തന്നെ സംശയിച്ച കമ്മ്യൂണിസ്റ്റ് പാർട്ടിയുടെ ഘടകം രൂപീകരിക്കപ്പെട്ടത് ആർ ശങ്കരനാരായണൻ തമ്പിയുടെ മുൻകൈയിലായിരുന്നു. ഐക്യ കേരളം നിലവിൽവന്നതിന് ശേഷം സംസ്ഥാനത്തിന്റെ ആദ്യത്തെ സ്പീക്കറായ ആർ ശങ്കരനാരായണൻ തമ്പി. എള്ളു കൃഷി വ്യാപകമായിരുന്നതിനാലാണ് ഈ പ്രദേശത്തിന് എണ്ണയ്ക്കാട് എന്ന് പേരു വന്നതെന്ന് ചിലർ കരുതുന്നു. ഈ പ്രദേശത്തിന്റെ നിയന്ത്രണം നേരത്തെ എണ്ണയ്ക്കാട്ട് കൊട്ടാരത്തിനായിരുന്നു. ശങ്കരനാരായണൻ തമ്പിയുടെ പിതൃഗ്രഹം കൂടിയായിരുന്നു ഈ കൊട്ടാരം. ഗാന്ധിയനായിരുന്ന രേവതി തിരുനാൾ രാമവർമ്മ രാജയുടെയും പണ്ഡവത്ത് തങ്കമ്മയുടെയും മകനായിരുന്നു ശങ്കരനാരായണൻ തമ്പി. ആദ്യം സ്റ്റേറ്റ് കോൺഗ്രസിൽ അംഗമായിരുന്ന ശങ്കരനാരായണൻ തമ്പി തിരുവിതാംകൂർ അസംബ്ലിയിൽ അംഗമായി. പിന്നീടാണ് കമ്മ്യൂണിസ്റ്റാവുന്നത്. അദ്ദേഹത്തിന്റെ സഹോദരങ്ങളായ ബാലകൃഷ്ണൻ തമ്പി, സുഭദ്രാമ തങ്കച്ചി, രാധമ്മ രാജശേഖരൻ തമ്പി എന്നിവരും അദ്ദേഹത്തിന്റെ പാത

പിന്തുടർന്നു. മധ്യ തിരുവിതാംകൂറിൽ കർഷക മുന്നേറ്റങ്ങളും ചെറുത്തു നിൽപ്പുകളും നടക്കുമ്പോൾ, ശങ്കരനാരായണൻ തമ്പി ആ മേഖലയിലെ കമ്മ്യൂണിസ്റ്റ് പാർട്ടിയുടെ ചുമതലക്കാരനായിരുന്നു.

ഇങ്ങനെ മധ്യ തിരുവിതാംകൂറിൽ കമ്മ്യൂണിസ്റ്റ് പാർട്ടിയുടെ പ്രവർത്തനം വ്യാപിപ്പിക്കുന്നതിൽ സുപ്രധാന പങ്കാണ് പുതുപ്പള്ളി രാഘവൻ, ശങ്കരനാരായണൻ തമ്പി, തോപ്പിൽ ഭാസി തുടങ്ങിയവർ വഹിച്ചത്. കമ്മ്യൂണിസ്റ്റ് പാർട്ടി കൽക്കത്ത തീസിസ് എന്നറിയപ്പെടുന്ന സായുധ മുന്നേറ്റത്തിന്റെ മാർഗം സ്വീകരിച്ചതിനെ തുടർന്ന് നിരോധിക്കപ്പെട്ട കാലം കൂടിയായിരുന്നു അത്. ‘ ആശയ പ്രചാരണത്തിന് മറ്റ് രീതികൾ അവലംബിക്കണമെന്നതായിരുന്നു പാർട്ടി തീരുമാനം. അങ്ങനെ ജനാധിപത്യ യുവ സംഘടന രൂപീകരിക്കപ്പെട്ടു. മധ്യ തിരുവിതാംകൂർ ഭാഗത്ത് ആ സംഘടനയുടെ പേരുപയോഗിച്ച് നിരവധി പ്രചാരണ പരിപാടികൾ നടത്തി’ എന്നാണ് പുതുശ്ശേരി രാമചന്ദ്രൻ ആ കാലത്തെ പ്രവർത്തനങ്ങളെക്കുറിച്ചുള്ള ഏകദേശ ചിത്രം നൽകുന്നത്.

ഈ മേഖലകളിൽ കമ്മ്യൂണിസ്റ്റ് പാർട്ടിയുടെ പ്രവർത്തനം വ്യാപകമായതിന്റെ ചലനങ്ങൾ ആദ്യമായി പ്രതിഫലിച്ചത് കർഷകത്തൊഴിലാളികളുടെ ഇടയിലാണ്. ഈ മേഖലയിലെ കർഷകത്തൊഴിലാളികളുടെ ജീവിതം അടിമ സമാനമായിരുന്നു. നേരം വെളുക്കുമ്പോൾ തുടങ്ങി, അന്തിമയങ്ങുന്നതുവരെയുള്ള അധ്വാനം, ജന്മിയുടെ തല്ല്, മതിയായ കൂലിയില്ലായ്മ, ജാതി പിഡനം ഇതൊക്കെയായിരുന്നു അന്ന് കർഷക തൊഴിലാളികൾ അനുഭവിച്ച ജീവിതം. ഇങ്ങനെയുള്ള ജീവിതത്തിൽനിന്ന് കുടിയൊഴിപ്പിക്കാൻ ശ്രമിച്ച ജന്മിയോട് സാധ്യമല്ലെന്ന് പറയുന്നതിലേക്ക് തൊഴിലാളികളുടെ അവകാശ ബോധം മാറുന്നതിന്റെ സൂചനയാണ് നേരത്തെ പറഞ്ഞ കുട്ടിയുടെ കഥയിലൂടെ തെളിയുന്നത്. വള്ളിക്കുന്നത് കമ്മ്യൂണിസ്റ്റ് പാർട്ടിയുടെ രഹസ്യ പ്രവർത്തനം ആരംഭിച്ചതിന് ശേഷമുണ്ടായ ഒരു സംഭവ കഥ പുതുശ്ശേരി രാമചന്ദ്രൻ വിവരിക്കുന്നുണ്ട്. പ്രസവിച്ച് ഏറെ നാൾ കഴിയുന്നതിന് മുമ്പ് ജോലിക്ക് ചെന്നില്ലെന്നതിന്റെ പേരിൽ ഒരു തൊഴിലാളി സ്ത്രീയെ ജന്മി മർദ്ദിച്ചതായിരുന്നു സംഭവം. ഈ സംഭവത്തിനെതിരെ പ്രതിഷേധിക്കാൻ കമ്മ്യൂണിസ്റ്റ് പാർട്ടി തീരുമാനിച്ചു. ഞങ്ങളെ തല്ലിയാൽ ഞങ്ങളും തല്ലും എന്ന് മുദ്രാവാക്യം വിളിച്ച മുന്നേറിയ പ്രതിഷേധം കർഷകത്തൊഴിലാളികളുടെ രാഷ്ട്രീയ അവകാശ പ്രക്ഷോഭങ്ങളിൽ നിർണായകമായി. അന്ന് നടന്ന പ്രതിഷേധവും പ്രകടനവും മറ്റൊരു രീതിയിൽ കൂടി പ്രാധാന്യമുള്ളതായിരുന്നു. തോപ്പിൽ ഭാസി കമ്മ്യൂണിസ്റ്റ് പാർട്ടിയുടെ മുഴു സമയ പ്രവർത്തകനായി മാറുന്നത് ഇതോടെയാണ്. അന്നത്തെ ചരിത്ര പ്രസിദ്ധമായ മുന്നേറ്റത്തെ

പുതുശ്ശേരി രാമചന്ദ്രൻ ഇങ്ങനെ വിവരിക്കുന്നു: ' യോഗത്തിൽ കാഴ്ചക്കാരനായ തോപ്പിൽ ഭാസി തനിക്കും പ്രസംഗിക്കണമെന്ന് ആവശ്യപ്പെട്ടു. സംഘാടകർ അദ്ദേഹത്തെ പ്രസംഗിക്കാൻ വിളിച്ചു. തോപ്പിൽ ഭാസി അത്യന്തം വികാരനിർഭരമായ പ്രസംഗം നടത്തി. തന്റെ കൂട്ടർ കർഷക തൊഴിലാളികളോട് ചെയ്ത ക്രൂരതയ്ക്ക് മാപ്പ് ചോദിച്ചു. ആ കാട്ടാളത്തം എന്നെന്നേക്കുമായി അവസാനിപ്പിക്കുന്നതിന് പ്രവർത്തിക്കുമെന്ന് പ്രതിജ്ഞ എടുത്തുകൊണ്ടാണ് പ്രസംഗം അവസാനിപ്പിച്ചത്. ഇതേ തുടർന്ന് അടുത്ത പാർട്ടി യോഗത്തിൽ പങ്കെടുക്കുകയും അങ്ങനെ തോപ്പിൽ ഭാസി കമ്മ്യൂണിസ്റ്റ് പാർട്ടിയിലേക്ക് വരുന്നത്'

കർഷകത്തൊഴിലാളികളുടെ സംഘടിക്കലും, ഇതിന് സഹായകരമായുള്ള കമ്മ്യൂണിസ്റ്റ് പാർട്ടികളുടെ പ്രവർത്തനവുമെല്ലാം ജന്മിമാരുടെയും പൊലീസിന്റെയും കടുത്ത എതിർപ്പനാണ് ഇടയാക്കിയത്. പൊലീസിനെ ഉപയോഗിച്ച് മാടമ്പി സംഘം പ്രദേശത്ത് ഭീകരാവാസ്ഥ സൃഷ്ടിച്ചു.കണ്ണിൽ കണ്ട എല്ലാ ആണുങ്ങളെയും പിടികൂടി. വീടുകളിൽ കയറി ആക്രമണം നടത്തി. കമ്മ്യൂണിസ്റ്റ് പാർട്ടിയുടെ പ്രവർത്തകരുടെ വീടുകളിലും പൊലീസ് അതിക്രമം തുടർന്നു. സ്ഥലത്തെ പ്രമാണികുടുംബത്തിലെ കമ്മ്യൂണിസ്റ്റുകാരെയും പൊലീസ് വെറുതെ വിട്ടില്ല.തോപ്പിൽ ഭാസിയുടെ വീട് ഇത്തരത്തിൽ പൊലീസ് അക്രമണത്തിന് വിധേയമായി. അദ്ദേഹം ഒളിവിലായിരിക്കുമ്പോഴാണ് വീട്ടിൽ കയറി ആദ്യം ഭീഷണിപ്പെടുത്തുകയും പിന്നീട് മറ്റൊരവസരത്തിൽ അവരെ കസ്റ്റഡിയിൽ എടുക്കുകയും ചെയ്തത്. അന്ന് അനുഭവിച്ച മാനസിക സംഘർഷം സത്യസന്ധതയോടെ തോപ്പിൽ ഭാസി തന്റെ ആത്മകഥയിൽ വിശദീകരിക്കുന്നുണ്ട്. താൻ തെരഞ്ഞെടുത്ത പാത തെറ്റാണോ എന്ന് ഒരു വേള സന്ദേഹിച്ചുപോയി എന്നാണ് തോപ്പിൽ ഭാസി അതേക്കുറിച്ച് എഴുതുന്നത്. 'ആവശ്യമില്ലാത്ത കാര്യത്തിനാണ് എടുത്തുചാടിയിരിക്കുന്നതെന്ന് ഒരു നിമിഷം ഞാൻ ആലോചിക്കും. ഞങ്ങളെന്ത് തെറ്റ് ചെയ്തുവെന്ന് അടുത്ത ക്ഷണം നീതികരണത്തിന്റെ യുക്തി തോന്നും..അമ്മയെക്കുറിച്ച് ഓർക്കുമ്പോൾ വീണ്ടും എല്ലാം തകരാറിലാകും. വീണ്ടും യുക്തി വിചാരം-കഷ്ടപെടുന്നവരെ പറ്റിയുള്ള ചിന്ത..' (ഒളിവിലെ ഓർമ്മകൾ)

കോൺഗ്രസിൽനിന്ന് യുവാക്കളായ പ്രവർത്തകർ അകന്നത് കമ്മ്യൂണിസ്റ്റ് പാർട്ടിയുടെ വളർച്ചയ്ക്ക് സഹായകരമായി എന്ന് കാര്യം നേരത്തെ സൂചിപ്പിച്ചതാണ്. ഈ സംഭവ ഗതിയെ ത്വരിതപ്പെടുത്തുകയാണ് തെരഞ്ഞെടുപ്പിൽ കോൺഗ്രസ് പി കെ കുഞ്ഞിനെ മൽസരിപ്പിക്കാൻ തീരുമാനിച്ച കാര്യം. ഇതിനെ എതിർത്ത് തോപ്പിൽ ഭാസിയും സംഘവും (അദ്ദേഹം കമ്മ്യൂണിസ്റ്റ് പാർട്ടിയുമായി സഹകരിക്കുന്നതിന്

മുമ്പായിരുന്നു ഈ സംഭവം) രംഗത്തെത്തി. ബദൽ സ്ഥാനാർത്ഥിയെ നിർത്തി. ഇങ്ങനെ ആദർശ പ്രസ്ഥാനമെന്ന് നിലിയിൽനിന്നും ഭരണകൂട പാർട്ടിയായുള്ള കോൺഗ്രസിന്റെ മാറ്റവും ആദർശവാദികളായ യുവാക്കളിൽ സ്വാധീനം ചെലുത്തി. കോൺഗ്രസുമായി തെറ്റിപ്പിരിഞ്ഞ യുവ കോൺഗ്രസ് പ്രവർത്തകരായിരുന്നു മധ്യ തിരുവിതാംകൂറിലെ കമ്മ്യൂണിസ്റ്റ് പ്രസ്ഥാനത്തിന്റെ അടിത്തറയെന്നാണ് പുതുപ്പള്ളി രാഘവൻ ഇതിനെ വിശേഷിപ്പിച്ചത്.

സ്വാതന്ത്ര്യത്തിന് ശേഷമുള്ള കാലമായിരുന്നിട്ടും, ജന്മിമാരുടെ ക്രൂരതകളെ പിന്തുണയ്ക്കുന്ന സമീപനമാണ് പൊലീസും അധികാരികളും സ്വികരിച്ചത്. കർഷകത്തൊഴിലാളികൾക്ക് രാഷ്ട്രീയമായ ബോധം കൈവരിക്കുകയും നിലനിൽക്കുന്ന മനുഷ്യത്വ വിരുദ്ധമായ വ്യവസ്ഥയെ ചോദ്യം ചെയ്യുന്ന സാഹചര്യങ്ങളെ അതിശക്തമായി നേരിടുകയും ചെയ്തു. കർഷകത്തൊഴിലാളികളെ സംഘടിപ്പിക്കാൻ പ്രവർത്തിച്ച കമ്മ്യൂണിസ്റ്റുകളെ ഇക്കാരണങ്ങൾ കൊണ്ട് തന്നെ മൃഗീയമായാണ് നേരിട്ടത്. ഇങ്ങനെയുള്ള നിരവധി സംഭവങ്ങൾ മധ്യ തിരുവിതാംകൂർ മേഖലയിൽ അരങ്ങേറിയതിന്റെ കഥകൾ അക്കാലത്തെ കമ്മ്യൂണിസ്റ്റുകാരുടെ ആത്മകഥകളിൽ ധാരളമായുണ്ട്. പല രീതിയിലുള്ള മർദ്ദനമുറകൾക്കും ജന്മി - പൊലീസ് കൂട്ടുകെട്ടിന്റെ നടപടികൾക്കിടയിലും ജാതിവ്യവസ്ഥയിലും ഏറ്റവും താഴെ തട്ടിൽ കിടന്നിരുന്ന കർഷകത്തൊഴിലാളികൾ കൂടുതൽ കൂടുതൽ രാഷ്ട്രീയവൽക്കരിക്കപ്പെടുന്നതാണ് മധ്യതിരുവിതാംകൂറിലെ വള്ളിക്കുന്നിലേയും എണ്ണയ്ക്കാട്ടെയും സംഭവ വികാസങ്ങൾ തെളിയിക്കുന്നത്. അതിലേക്ക് കർഷകത്തൊഴിലാളികളെ നയിക്കുന്നതിൽ കമ്മ്യൂണിസ്റ്റ് പാർട്ടിയുടെ ആ മേഖലയിലെ നേതാക്കളെന്ന നിലയിൽ ശങ്കരനാരായണൻ തമ്പി, പുതുപ്പള്ളി രാഘവൻ, പുതുശ്ശേരി രാമചന്ദ്രൻ, തോപ്പിൽ ഭാസി, തുടങ്ങി കേരളത്തിന്റെ സാംസ്ക്കാരിക രാഷ്ട്രീയ രംഗത്ത് പിന്നീട് വലിയ സ്വാധീനം ചെലുത്തിയവർക്കുണ്ടിയിരുന്നുവെന്നുമാണ് അക്കാലത്തെ വിവിധങ്ങളായ വിവരണങ്ങളിൽ നിന്ന് വ്യക്തമാകുന്നു. മധ്യ തിരുവിതാംകൂറിന്റെ വിവിധ പ്രദേശങ്ങളിലേക്ക് കർഷകത്തൊഴിലാളികളുടെ അവകാശങ്ങൾക്ക് വേണ്ടിയുള്ള ചെറുത്തുനിൽപ്പ് ശക്തമാകുന്നതോടെ കമ്മ്യൂണിസ്റ്റ് പാർട്ടിയും ഈ മേഖലയിൽ സ്വാധീനം വർധിപ്പിക്കുന്നതായാണ് പിന്നീട് കാണുന്നത്. അത് പതുക്കെ മധ്യ തിരുവിതാംകൂറിന്റെയും കേരളത്തിന്റെ തന്നെയും ചരിത്രം മാറ്റി മറിക്കുന്നതിലേക്കും നയിച്ചു.

എണ്ണയ്ക്കാട്ടും വള്ളിക്കുന്നും കഴിഞ്ഞ് ശൂരനാട്ടേക്ക്

മധ്യ തിരുവിതാംകൂറിൽ കമ്മ്യൂണിസ്റ്റ് മുന്നേറ്റത്തിന്റെയും കർഷകത്തൊഴിലാളികളുടെ ഉണർവിന്റെയും പ്രദേശങ്ങളായി വള്ളിക്കുന്നും, എണ്ണയ്ക്കാട്ടും പോലുള്ള പ്രദേശങ്ങൾ മാറുകയായിരുന്നു. സ്വാതന്ത്ര്യം കിട്ടുകയും തെരഞ്ഞെടുക്കപ്പെട്ട സർക്കാർ അധികാരത്തിലെത്തുകയും ചെയ്തുവെങ്കിലും ആദർശവാദികളും യുവാക്കളുമായ കോൺഗ്രസിലെ ചെറുപ്പക്കാർ നിരാശരാവുകയാണ് ചെയ്തത്. ഈ സാഹചര്യം തങ്ങൾക്കനുകൂലമായി ഉപയോഗപ്പെടുത്താനാണ് കമ്മ്യൂണിസ്റ്റ് നേതാക്കൾ ശ്രമിച്ചത്. തിരുവിതാംകൂറിലെ ആദ്യത്തെ തെരഞ്ഞെടുപ്പിൽ കോൺഗ്രസ് നേതാവ് പട്ടം താണുപിള്ളയാണ് പ്രധാനമന്ത്രിയായത്. പുന്നപ്ര വയലാർ സമരത്തിൽ അറസ്റ്റ് ചെയ്തവരെ വിട്ടയക്കില്ലെന്ന അദ്ദേഹത്തിന്റെ സമീപനം യുവാക്കളായ കോൺഗ്രസുകാരിൽ അസ്വസ്ഥത പടർത്തിയിരുന്നു. അവർ പാർട്ടിയിൽനിന്ന് അകന്നു. അതേസമയം കമ്മ്യൂണിസ്റ്റ് പാർട്ടി അതിന്റെ പ്രവർത്തനം പല രീതിയിൽ ഈ മേഖലയിലെ തൊഴിലാളികൾക്കിടയിൽ വ്യാപിപ്പിക്കുകയും ചെയ്തു. അവർ ചൂഷണത്തിനെതിരെ ചെറുത്തുനിൽപ്പുകൾ നടത്തി. ഇതിന്റെയൊക്കെ ഫലമായി ക്രൂരമായ മർദ്ദനമാണ് വള്ളിക്കുന്നിലെ കർഷകർക്ക് നേരിടേണ്ടി വന്നത് കമ്മ്യൂണിസ്റ്റുകാരെ സഹായിക്കുന്ന കർഷകർക്കാണ് കൊടിയ മർദ്ദനം നേരിടേണ്ടി വന്നത്. ഇതിന്റെ നിരവധി അനുഭവ വിവരണങ്ങൾ തോപ്പിൽ ഭാസി തന്റെ ആത്മകഥയിൽ എഴുതിയിട്ടുണ്ട്. ജന്മിമാരുടെയും പോലീസിന്റെയും എതിർപ്പുകൾ അവഗണിച്ചുകൊണ്ടും ആ മേഖലയിൽ കർഷകരുടെ അവകാശത്തിനുവേണ്ടിയുള്ള പ്രവർത്തനങ്ങൾ നടത്തിയതിന്റെ അനുഭവങ്ങളാണ് അന്നത്തെ നേതാക്കൾ അവരുടെ അനുഭവകുറിപ്പുകളിൽ പങ്കുവെയ്ക്കുന്നത്.

'ചില പ്രമാണിമാർ ഒന്ന് രണ്ട് തൊഴിലാളികളെ തല്ലി. തൊഴിലാളികൾ സംഘടിതമായി അതിനെ ചെറുത്തു. തല്ലിയാൽ തിരിച്ചു തല്ലുമെന്ന് അവർ പ്രഖ്യാപിച്ചു. അതൊരു വലിയ മാറ്റമാണ്'' തോപ്പിൽ ഭാസി പറയുന്നു. ഇങ്ങനെ സംഘടിതമായ പ്രവർത്തനത്തിലൂടെ ആ മേഖലയിൽ അവകാശ ബോധമുള്ള തൊഴിലാളികളുണ്ടായി.

'ഞാൻ കൊല്ലം കോളെജിൽ പഠിക്കുന്ന കാലത്തുതന്നെ വള്ളിക്കുന്നിന്റെ മുഖഛായ മാറികൊണ്ടിരുന്നു. അവധിക്കുവരുമ്പോൾ ഞാൻ കണ്ട കർഷകത്തൊഴിലാളികൾ പഴയ പുലയരും കുറവരുമല്ല. കർഷകത്തൊഴിലാളി യൂണിയനിൽ അവരെല്ലാം അംഗങ്ങളായിരിക്കുന്നു.' എന്നു പറഞ്ഞു കൊണ്ട് പുതുശ്ശേരി രാമചന്ദ്രൻ അന്ന് നടന്ന മേനി സമരം എന്നറിയപ്പെട്ട പ്രതിഷേധത്തെക്കുറിച്ച് വിശദീകരിക്കുന്നു. മേനിപുലയൻ എന്ന കർഷകത്തൊഴിലാളിയെ ലക്ഷ്മി വിലാസം എന്ന തറവാട്ടിലെ ജന്മി പിരിച്ചുവിട്ടതിനെ തുടർന്നായിരുന്നു ആ സമരം. തൊഴിലാളിയെ തിരിച്ചെടുക്കാനുള്ള അപേക്ഷ ജന്മി ചെവികൊടുക്കാത്തതിനെ തുടർന്ന് സമരവുമായി മുന്നോട്ടുപോകാൻ യൂണിയൻ തീരുമാനിച്ചു. ജന്മി തോപ്പിൽ ഭാസിയുടെയും പുതുശ്ശേരി രാമചന്ദ്രന്റെയും ബന്ധുവമായിരുന്നു. 45 ദിവസം നീണ്ടുനിന്ന സമരത്തിനിടെ മധ്യതിരുവിതാംകൂറിലെ ഒരു വിധം പ്രവർത്തകരെല്ലാം അറസ്റ്റിലായി. സ്ഥലത്തെ പ്രമാണിമാരെല്ലാം ലക്ഷ്മിവിലാസത്ത് ദിവസവും കൂടിയിരുന്നാണ് സമരത്തെ അമർച്ച ചെയ്യാനുള്ള നടപടികൾ ആവിഷ്ക്കരിച്ചതെന്ന് പുതുശ്ശേരി രാമചന്ദ്രൻ വിവരിക്കുന്നു. '45 ദിവസത്തെ സമരം വള്ളിക്കുന്നത്തെ ചൂടുപിടിപ്പിച്ചു. അടിയാളരും അന്ധവിശ്വാസികളുമായിരുന്ന അടിയാളർ തമ്പുരാക്കന്മാരുടെ മുഖത്തുനോക്കി കാര്യം പറയാനുള്ള തന്റേടം കാട്ടി' യെന്നാണ് പുതുശ്ശേരി രാമചന്ദ്രൻ ഈ സമരത്തിന്റെ പ്രാധാന്യത്തെക്കുറിച്ച് എഴുതുന്നത്.

ഇങ്ങനെ മധ്യതിരുവിതാംകൂറിൽ കർഷകത്തൊഴിലാളികൾക്കിടയിൽ അവകാശബോധം വർധിക്കുന്നതിന് അനുസരിച്ച് ജന്മിമാരുടെയും പൊലീസിന്റെയും മർദ്ദനവും ആനുപാതികമായി കൂടി. കമ്മ്യൂണിസ്റ്റുകാരെ പിടികൂടുകയെന്നതായി പൊലീസിന്റെ മുഖ്യമായ പ്രവർത്തി. ഇതിന്റെ ഭാഗമായാണ് പൊലീസ് ക്യാമ്പ് സ്ഥാപിക്കപ്പെട്ടു. അങ്ങനെ പ്രദേശത്ത് പൊലീസ് ഭീകരാന്തരീക്ഷം സൃഷ്ടിച്ചു.

മധ്യതിരുവിതാംകൂറിൽ പൊലീസിന്റെ ഭീകരത ആദ്യം ഏറ്റവും കൂടുതൽ അനുഭവിച്ച സ്ഥലം എണ്ണയ്ക്കാടാണെന്ന് പറയാറുണ്ട്. അവിടുത്തെ തമ്പുരാക്കന്മാർ- ഗ്രാമത്തിൽ കൊട്ടാരത്തിൽ

വീട്ടുകാർ- പോലീസിന് എല്ലാ വിധത്തിലും സ്വാധീനിച്ച് അവിടതന്നെ പാർപ്പിച്ച് കർഷകത്തൊഴിലാളികൾക്കും കമ്മ്യൂണിസ്റ്റുകാർക്കുമെതിരെ ആക്രമണം വ്യാപകമാക്കാനുള്ള സാഹചര്യം ഒരുക്കുകയാണ് ചെയ്തത്. അന്ന് അതായിരുന്നു പലയിടങ്ങളിലും സ്ഥിതി. പൊലീസ് എന്ന് പറയുന്നത് സ്ഥലത്തെ പൗരമുഖ്യരുടെ ഇംഗിതത്തിന് അനുസരിച്ച് പെരുമാറുന്നവരായിരുന്നു. അന്ന് ആ പ്രദേശത്ത് നടന്ന പൊലീസ് ഭീകരതയുടെ ചിത്രമാണ് പുതുപ്പള്ളി രാഘവൻ തന്റെ ബൃഹത്തായ ആത്മകഥയുടെ രണ്ടാം വോള്യത്തിൽ ഇങ്ങനെ വിവരിക്കുന്നു. 'ഗ്രാമത്തിലും എണ്ണയ്ക്കാട്ടും പരിസരത്തുമുള്ള കർഷകത്തൊഴിലാളികളെ പ്രത്യേകിച്ചും പുലയരെ ദിവസവും ഒന്നും രണ്ടും തവണ അവരുടെ മാടങ്ങളിൽ കയറി ആക്രമിക്കും. തൊഴിലാളി സ്ത്രീകൾക്കും കുട്ടികൾക്ക് പോലും പൊലീസ് ഏമാന്മാരുടെ ലാത്തിയടി അന്ന് മിക്ക ദിവസങ്ങളിലും ഏറ്റിരുന്നു... അപ്പോഴും അവർ സംഘം ചേർന്ന് പൊലീസുകാരെ ചെറുക്കുന്നതിന് ആഹ്വാനം ചെയ്യുന്ന പോസ്റ്ററുകൾ എഴുതി രാത്രികാലങ്ങളിൽ ചന്തയിലും റോഡുവക്കുകളിലുമൊക്കെ ഒട്ടിക്കും' (വിപ്ലവ സ്മരണകൾ- പുതുപ്പള്ളി രാഘവൻ).അത്തരത്തിലുള്ള പ്രതിരോധ പ്രവർത്തനങ്ങൾ നടത്തിയെങ്കിലും കമ്മ്യൂണിസ്റ്റുകാർക്ക് ആ മേഖലയിൽ മാത്രമായി പ്രവർത്തിക്കാൻ കഴിയാത്ത സാഹചര്യമുണ്ടായെന്നും പുതുപ്പള്ളി തന്റെ സ്മരണകളിൽ തുടർന്നെഴുതുന്നുണ്ട്.

അങ്ങനെയാണ് ശൂരനാട്ടേക്ക് കമ്മ്യൂണിസ്റ്റുകാർ പ്രവർത്തനം വ്യാപിക്കുന്നത്. പൊലീസ് ഭീകരാന്തരീക്ഷം സൃഷ്ടിച്ചപ്പോഴാണ് ചേലക്കാട്ടേത്ത് കുഞ്ഞിരാമൻ ഒളിവുജീവിതത്തിന് വേണ്ടി കുടുംബത്തെയും കൂട്ടി ശൂരനാട്ടേക്ക് നീങ്ങുന്നത്. അവിടെയും പാർട്ടി ഘടകം രൂപീകരിക്കുകയും ശക്തമായ പ്രവർത്തനങ്ങൾ ആരംഭിക്കുകയും ചെയ്തു' എന്നാണ് ശൂരനാട്ടേക്ക് കമ്മ്യൂണിസ്റ്റ് പ്രവർത്തനം ആരംഭിച്ചതിനെക്കുറിച്ച് പുതുശ്ശേരി രാമചന്ദ്രൻ എഴുതുന്നത്. അത് പിന്നീട് കേരള ചരിത്രത്തിലെതന്നെ വളരെ പ്രധാനപെട്ട സംഭവത്തിലേക്ക് നയിക്കുകയായിരുന്നു

ശൂരനാടിന്റെ കഥ

ശൂരനാടിന്റെ ചരിത്രം കേരളത്തിലെ കർഷകത്തൊഴിലാളികളുടെ ഉണർവിന്റെയും ജാതി പീഡനത്തിനെതിരായ പ്രതിരോധത്തിന്റെയും അതുപോലെ കമ്മ്യൂണിസ്റ്റ് മുന്നേറ്റത്തിന്റെയും ചരിത്രത്തിൽ നിർണായകമായ പ്രദേശമാണ്. കൃഷിയായിരുന്നു അവിടുത്തെ ജനങ്ങളുടെ ഏക ആശ്രയം. തോപ്പിൽ ഭാസി ശൂരനാടിനെ തന്റെ ആത്മകഥയിൽ വിവരിക്കുന്നത് അന്നത്തെ ആ ഗ്രാമം എങ്ങനെയായിരുന്നുവെന്നതിന്റെ ഒരു ചിത്രം ലഭിക്കാൻ സഹായിക്കും. ആ പ്രദേശത്തിന്റെ ഭൂമി ശാസ്ത്ര സൗന്ദര്യം വിവരിച്ചതിന് ശേഷം തോപ്പിൽ ഭാസി ഇങ്ങനെ എഴുതുന്നു. ' കന്നി തുലാം മാസങ്ങളിൽ ആ നാട്ടിൽ ചെല്ലുന്ന ഒരാൾക്ക് ഒരിഞ്ച് പാഴ്ഭൂമി കാണാൻ സാധ്യമല്ല..വലിയ നമ്പൂതിരി തറവാട്ടിലെ അകത്തമ്മമാരുടെ മുറക്കുടമാതിരിയുള്ള മറുതണ്ടു വന്ന ചേന. ഒരു മരമുണ്ടോ അതിൽ മുളക് കൊടിയുണ്ട്. പഴുതുള്ളിടത്തെല്ലാം മരച്ചീനിയാണ്. വയലിറമ്പിൽ അവിടവിടെ തളിർ വെറ്റിലകൊടി. ഒരിളം കാറ്റു തട്ടിയാൽ ഓളം തല്ലി നിൽക്കുന്ന നെൽവയൽ!' ഇങ്ങനെ വിവരിച്ച തോപ്പിൽ ഭാസി തുടർന്നെഴുതുന്നു. ആ കർഷകർ അർദ്ധപട്ടിണിക്കാരാണ്. ഈ പ്രദേശത്ത് ഭൂമി ഏറെയും ' എട്ടുകെട്ടും അറപ്പുറയും' ഉള്ള ഒന്ന് രണ്ട് വീടുകളിലെതാണ്. അങ്ങനെ അന്നത്തെ നമ്മുടെ നാടിന്റെ പൊതു അവസ്ഥ പോലെ ഈ പ്രദേശത്തെ കർഷകത്തൊഴിലാളികൾ ഭൂരഹിതരയിരുന്നു. അവർ ജാതിക്രമത്തിൽ താഴെ അറ്റത്തുള്ളവരായിരുന്നു. രണ്ട് തരത്തിലുള്ള പീഡനങ്ങൾക്കാണ് അന്നത്തെ വ്യവസ്ഥ അവരെ വിധേയമാക്കിയിരുന്നത്. ഒരു തൊഴിലാളികൾ എന്ന നിലയിലുള്ള ചൂഷണത്തിന്. ഇതിന് പുറമെ ജാതിവ്യവസ്ഥയുടെ വിവേചനത്തിനും ആക്രമണത്തിനും അവർ വിധേയരായി. അങ്ങനെ സമ്പന്നതയും സാമൂഹ്യ- രാഷ്ട്രീയ അധികാരവും നിലനിർത്തിയ കുടുംബവും ഭൂരിപക്ഷം

വരുന്ന കീഴ് ജാതിയിൽപ്പെട്ട കർഷകത്തൊഴിലാളികളുമായിരുന്നു ശൂരനാട്ട് ഉണ്ടായിരുന്നത്. ഇന്ത്യയ്ക്ക് സ്വാതന്ത്ര്യം കിട്ടുകയും ജനാധിപത്യ സർക്കാർ രൂപീകരിക്കപ്പെടുകയും ചെയ്തതിന് ശേഷവുമുള്ള അവസ്ഥ യായിരുന്നു അത്. അന്ന് ശൂരനാടിനെ നിയന്ത്രിച്ച കുടുംബമായിരുന്നു തെന്നല കുടുംബക്കാർ. 'അവരുടെ ആജ്ഞാ ശക്തിയിൽ വേണം ആ നാട് ശ്വസിക്കാൻ, അവരുടെ ആജ്ഞാ ശക്തിയിൽ വേണം ആ നാട് ചലിക്കാൻ' എന്നാണ് തോപ്പിൽ ഭാസി തെന്നലമാരുടെ സ്വാധീനത്തെ ക്കുറിച്ച് പറയുന്നത്.

തെന്നലപ്പിള്ളമാരും അവരുടെ ബന്ധുക്കളായ മരങ്ങാട്ടുപിള്ള മാരുമാണ് ശൂരനാടിനെ 'ഭരിച്ചത്'. തെന്നലപിള്ളമാർ എന്നാൽ മൂന്നു പേരാണ്. തെന്നല മാതുപിള്ള, ഗോപാലപ്പിള്ള, കേശവ പിള്ള എന്നിവർ.

എന്നാൽ ചുറ്റും നടക്കുന്ന സംഭവങ്ങൾ ശൂരനാട്ടുകാരും അറിയു ന്നുണ്ടായിരുന്നു. സമീപ പ്രദേശങ്ങളിൽ ഉണ്ടായ ജനകീയ ഉയർ ത്തെഴുന്നേൽപ്പുകളെ പറ്റി അവർ അറിഞ്ഞു തുടങ്ങി.' കടയ്ക്കലും കല്ലറ പാങ്ങോട്ടും പുന്നപ്ര വയലാറും തൊട്ടയലത്തായ എണ്ണയ്ക്കാട്ടും തൊഴിലാ ളികളും കർഷക തൊഴിലാളികളും നടത്തിയതും നടത്തുന്നതുമായ ധീര സമരങ്ങൾ, തങ്ങളുടെയും സ്വാതന്ത്ര്യത്തിന് വേണ്ടിയുള്ള സമരങ്ങളാ ണെന്ന്, തങ്ങൾ തന്നെ നടത്തുന്ന സമരങ്ങളാണെന്ന് ശൂരനാട്ടെ യുവ ജനങ്ങൾ കണ്ടു.' എന്നാണ് ശൂരനാട്ടെ ആദ്യകാല രാഷ്ട്രീയ ഉണർവിനെ പറ്റി പുതുപ്പള്ളി രാഘവൻ എഴുതുന്നത്. അങ്ങനെയാണ് പരമേശ്വരൻ പോറ്റിയുടെയും നടേവടക്കതിൽ പരമുനായരുടെയും നേതൃത്വത്തിൽ കമ്മ്യൂണിസ്റ്റ് പാർട്ടിയുടെ ഒരു ഘടകം ശൂരനാട്ട് രൂപം കൊണ്ടത്. ഇവർ രണ്ട് പേരും വള്ളിക്കുന്നത്തെ ജനാധിപത്യ യുവജനസമ്മേള നങ്ങളിൽ പങ്കെടുത്തവരായിരുന്നു. കമ്മ്യൂണിസ്റ്റ് പാർട്ടിയുടെ സെൽ രൂപീകരിച്ചതിന് ശേഷം കർഷകതൊഴിലാളികളുടെ ഇടയിലെ രാഷ്ട്രീയ ഉണർവിന് വേഗം വർധിച്ചു. ഈ ഘട്ടത്തിലാണ് യുവജന സംഘത്തി ന്റെ പ്രാദേശിക ഘടകം രീപികരിക്കാനുള്ള ശ്രമങ്ങൾ നടക്കുന്നത്. നിരവധി ചെറുപ്പക്കാരുടെ രാഷ്ട്രീയ തിരിച്ചറിവിൽനിന്നാണ് ശൂരനാട്ട് ജനാധിപത്യ യുവജന സംഘം രൂപീകരിക്കപ്പെടുന്നതെന്ന് പറയാം.

തെന്നല പിള്ളമാരുടെ ജാതി മേധാവിത്തെ വെല്ലുവിളിക്കാൻ ആഗ്ര ഹിച്ച ചെറുപ്പക്കാർ വള്ളിക്കുന്നത്തെ ജനാധിപത്യ യുവജന സംഘത്തി ന്റെ യോഗത്തിൽ നേരത്തെ പങ്കെടുത്തവരായിരുന്നു, അവർ ശൂരനാട്ട് തിരിച്ചു പോയി അവിടെ ജനാധിപത്യ യുവജന സംഘം ഉണ്ടാക്കി. പ്രദേശത്ത് ചില പോസ്റ്ററുകൾ പ്രത്യക്ഷപ്പെട്ടു. ഒരു ജാഥ നടത്താൻ

ഹേ ാകുന്ന വിവരവും പോസ്റ്ററിലൂടെ അറിയിച്ചു. നാല് ഭാഗവും ചുവപ്പുള്ള വെള്ള കൊടിയായിരുന്നു ജനാധിപത്യ സംഘത്തിന്റേത്. ശൂരനാട്ട് എന്തൊക്കെയോ നടക്കാൻ പോകുന്നുവെന്ന ഒരു പ്രതീതിയാണ് ഇതുമൂലം ഉണ്ടായത്. അങ്ങനെ അവർ ആദ്യമായി ഒരു ഘോഷയാത്ര സംഘടിപ്പിച്ചു. അന്ന് അതിൽ പങ്കെടുത്തത് പതിമൂന്ന് പേർ മാത്രമായിരുന്നുവെന്ന് തോപ്പിൽ ഭാസി എഴുതുന്നു. കമ്മ്യൂണിസ്റ്റ് പാർട്ടിക്ക് സിന്ദാബാദ് വിളിച്ചായിരുന്നു ജാഥ. എന്നാൽ യാത്ര ഒരു ഫർലോങ് കഴിയുന്നതിന് മുമ്പ് തന്നെ തെന്നല പറഞ്ഞുവിട്ട ഗുണ്ടകൾ അത് തടസ്സപ്പെടുത്തി. ചെങ്കൊടിയും ജനാധിപത്യ സംഘത്തിന്റ കൊടിയും നശിപ്പിക്കപ്പെട്ടു. ജാഥയെ പിരിച്ചുവിട്ടു. കർഷക തൊഴിലാളികളുടെ ജന്മിത്വ വിരുദ്ധ ആദ്യത്തെ പരസ്യ പ്രകടനത്തിന് ഫ്യൂഡൽ ആക്രമണത്തിന് മുന്നിൽ കീഴടങ്ങേണ്ടി വന്നു. എന്നാൽ അതുകൊണ്ട് പിൻവാങ്ങാൻ അവർ തയ്യാറായിരുന്നില്ല.

ഇതിനെ എതിർക്കാൻ തീരുമാനിച്ചു. വീണ്ടും ജാഥ നടത്തി. പേരൂർ മാധവൻ പിള്ളയുടെ നേതൃത്വത്തിൽ നാലഞ്ച് ആളുകൾ മാത്രമാണ് ജാഥയിൽ പങ്കെടുത്തത്. അത് എതിർപ്പിനെ അതിജീവിച്ച് ലക്ഷ്യസ്ഥാനത്തെത്തി. ശൂരനാട്ടിന്റെ ജന്മിത്വത്തിനെതിരായ പ്രതിരോധം അങ്ങനെയാണ് തുടങ്ങുന്നതെന്ന് പറയാം. വള്ളിക്കുന്നത്തും എണ്ണയ്ക്കാട്ടും സംഭവിച്ചത് പലതും ശൂരനാട്ടും ആവർത്തിച്ചുവെന്നാണ് ആദ്യകാലത്തു തന്നെ ആ മേഖലയിലേക്ക് പ്രവർത്തനം മാറ്റിയവരിൽ ഒരാൾ കൂടിയായ തോപ്പിൽ ഭാസി പറയുന്നത്. ശൂരനാട്ടെ കർഷകർക്കിടയിലും പെട്ടന്ന് സ്വാധീനം ഉണ്ടാക്കാൻ കമ്മ്യൂണിസ്റ്റുകാർക്ക് കഴിഞ്ഞു. ശൂരനാട്ടെ വടക്കൻ ഭാഗങ്ങളിൽ സ്വതന്ത്ര്യമായി തന്നെ പ്രവർത്തിക്കാനുള്ള സാഹചര്യമുണ്ടായിരുന്നുവെന്നാണ് അന്ന് അവിടെ കർഷകത്തൊഴിലാളികളെ സംഘടിപ്പിക്കാൻ എത്തിയവരുടെ കുറിപ്പുകളിൽ വ്യക്തമാകുന്നത്. എന്നാൽ ചില പ്രദേശങ്ങളിൽ ഒറ്റുകാരും ഉണ്ടായിരുന്നു. അതിനെയും അതീജിവിച്ചായിരുന്നു പോരാട്ടവും ചെറുത്തുനിൽപ്പും.

തെന്നലമാരുടെ വാഴ്ച ഏത് വിധത്തിലായിരുന്നുവെന്ന് അവിടെയുള്ളവരുമായി സംസാരിച്ചിതിന്റെ അടിസ്ഥാനത്തിൽ വിശദമായി തന്നെ പുതുപ്പള്ളി രാഘവൻ വിവരിക്കുന്നുണ്ട്. എങ്ങനെയാണ് തെന്നലപിള്ളമാരുടെ പ്രവർത്തി അങ്ങേയറ്റം മനുഷ്യത്വ വിരുദ്ധമാകുന്നതെന്ന് പുതുപ്പള്ളിയോട് അവിടുത്തുകാരനായ പരമേശ്വരൻ നായർ ഇങ്ങനെ വിവരിക്കുന്നുണ്ട്. ‘ ഞങ്ങളുടെ ഭൂമി തട്ടിയെടുക്കുന്നതോടൊപ്പം ഉള്ളതു പറയണമല്ലോ ഞങ്ങൾക്ക് ജോലിയും അവർ തരും. തെന്നല പിള്ളമാർ മലബാറിലെ ജന്മിമാരെ പോലെ പാട്ടം പിരിച്ചുകഴിയുന്നവരല്ല. ഒരു

തരത്തിൽ പറഞ്ഞാൽ കുട്ടനാട്ടിലെ കൃഷി രാജക്കന്മാരെ പോലുള്ളവ രാണ്. നേരിട്ട് കൃഷി ചെയ്യുന്നവരാണ് അവർ. നേരിട്ടെന്ന് പറഞ്ഞാൽ അവർ പാടത്ത് നടവരമ്പത്ത് വന്ന് നിന്ന് മേൽനോട്ടം നടത്തുമെന്ന് മാത്രം. അതുണ്ടല്ലോ നമ്മൾ ചത്തുപണിയെടുക്കുന്നുണ്ടോ എന്നറി യാൻ മാത്രം....പൊലീസും കോടതിയും എല്ലാം അവരുപറയുന്നതാണ് കേൾക്കുന്നത്.' ഇങ്ങനെ ഫലത്തിൽ തെന്നല കുടുംബമാണ് ആ നാട് പൂർണമായും നിയന്ത്രിച്ചിരുന്നത്. അക്കാലത്തെ ജന്മി കുടുംബങ്ങളുടെ പൊതു നിലപാടുകളാണ് തെന്നലക്കാരും പിന്തുടർന്നത്. ജനാധിപത്യ ഭരണം വരുന്നത് വരെ അവർ ദിവാന്റെ ആളുകളായിരുന്നു. തെന്നല പിള്ളമാരുടെ നേതൃത്വത്തിൽ ദിവാന്റെ ഷഷ്ഠി പൂർത്തി ആഘോഷം വരെ ശൂരനാട്ട് നടന്നിട്ടുണ്ടെന്നാണ് ആ നാട്ടുകാർ തന്നെ പറയുന്നത്. എന്നാൽ പിന്നീട് ഇവർ സ്റ്റേറ്റ് കോൺഗ്രസുകാരായി മാറി. ഒരിക്കൽ ദിവാനെ ആദരിച്ചവർ പിന്നെ പട്ടം താണു പിള്ളയേയും ടി കെ നാര യണപ്പിള്ളയേയും സ്വീകരിച്ചാനയിച്ചു. അധികാരത്തോട് ചേർന്ന നിന്ന് തങ്ങളുടെ സ്വാധീനം നിലനിർത്തുകയെന്നതായിരുന്നു തെന്നല പിള്ളമാരുടെയും സമീപനം. എന്തിന് അവിടെ മുണ്ട് നീട്ടി ഉടുക്കാനും ഷർട്ടിട്ട് നടക്കാൻ പോലും സാധിക്കുന്നത് ജന്മി കുടുംബത്തിൽപ്പെട്ടവർ ക്ക് മാത്രമായിരുന്നു. ഇങ്ങനെ എല്ലാ അർത്ഥത്തിലും അടിമ ജീവിതം വിധിക്കപ്പെട്ടവരിൽ ചിലർക്കാണ് ഇതിനൊരു മാറ്റം വേണം എന്നു തോന്നിയതും സംഘടിക്കുന്നതും.

ഷർട്ടിട്ടതിന്റെ പേരിൽ അച്ഛനിൽനിന്ന് അടിയേറ്റുവാങ്ങേണ്ടി വന്ന പരമുനായർക്കുണ്ടായ മറ്റൊരു അനുഭവം മനുഷ്യരെയും മൃഗങ്ങളെയും എങ്ങനെയാണ് ജന്മിമാർ കണ്ടത് എന്നത് സംബന്ധിച്ചതിന്റെ ഒരു യഥാർത്ഥ ചിത്രം കിട്ടും. തെന്നല പിള്ള പുതുതായി വാങ്ങിയ കാളകളെ നിലത്തിറക്കി, ഉഴുകുകയായിരുന്നു പരമുനായർ. ഇടഞ്ഞ ഒരു കാളയെ അദ്ദേഹം ചാട്ടവെച്ച് അടിച്ചു. ' വെള്ളിടി പോലൊരു ശബ്ദം,നിർത്തെടാ, ജ്വലിച്ചുകൊണ്ട് അദ്ദേഹം കണ്ടത്തിലേക്ക് പാഞ്ഞു ചെന്നു. ആ കാളയെ അഴിക്കെടാ, അടികൊണ്ട കാളയെ ചൂണ്ടി അദ്ദേഹം ആജ്ഞാപിച്ചു. പരമുനായർ കാളകളെ നുകത്തിൽനിന്നഴിച്ചു.' പകരം നീ കയറി നിൽക്ക്. ജന്മി പരമുനായരെ ചൂണ്ടി അട്ടഹസിച്ചു. അന്ന് പരമുനായ രാണ് അടികൊണ്ട കാളയ്ക്ക് പകരം നിലം ഉഴുതത്.' (ശൂരനാട് ചുവന്ന പ്പോൾ -പിഎസ് സുരേഷ്)

ശൂരനാട്ടെ പീഡനം ഏറ്റവും കൂടുതൽ ഏറ്റു വാങ്ങേണ്ടിവന്നത് ദളിത് വിഭാഗത്തിൽപ്പെട്ടവർക്കാണ്. എന്നാൽ അവിടെ തെന്നല പിള്ളമാ രുടെ ഭാഗത്തുനിന്നുണ്ടായത് ജാതി പീഡനം മാത്രമായിരുന്നില്ല. നായർ

വിഭാഗത്തിൽപ്പെട്ടവരും ജന്മിമാരുടെ മുന്നിൽ ഓച്ഛാനിച്ച് നിൽക്കണമായിരുന്നു. തെന്നല കുടുംബാംഗങ്ങളായ ആണുങ്ങളെ ഇവരും പേരിനൊപ്പം 'കുഞ്ഞ്' ചേർത്ത് വിളിക്കണമായിരുന്നു. ശൂരനാട്ട നമ്പൂതിരി ക്ഷത്രിയ വിഭാഗത്തിന്റെ മേൽക്കോയ്മക്ക് പകരം ജന്മിനായരും കുടിയാൻ നായർ തൊട്ട് ദളിത് വിഭാഗങ്ങൾ വരെയുള്ളവർ തമ്മിലുള്ള അന്തരമായിരുന്നു നിലനിന്നിരുന്നത്. (ശൂരനാട് സമര ചരിത്രം-പി കെ ഗോപൻ) ഇങ്ങനെ ജാതിയോടൊപ്പം സാമ്പത്തിക സ്ഥിതിയും വലിയ തോതിലുള്ള വിവേചനം സൃഷ്ടിച്ചിരുന്നുവെന്നതിന്റെ ഉദാഹരണമായിട്ടാണ് പരമുനായർക്ക് അനുഭവിക്കേണ്ടിവന്ന മർദ്ദനം. ജന്മിയായ ഗോപാലൻ പിള്ളയുടെ മുന്നിൽവെച്ച് പരമുനായർ ഷർട്ടിട്ട് കൊണ്ട് കന്നുപൂട്ടിയതിന് അദ്ദേഹത്തിന്റെ അച്ഛനിൽനിന്ന് മർദ്ദനം ഏറ്റു വാങ്ങുകയാണ്. കാളകളെ അടിക്കുന്ന വടി വാങ്ങിയാണ് സ്വന്തം മകനെ അച്ഛൻ തല്ലുന്നത്. തെന്നല പിള്ളയുടെ മുന്നിൽ ഷർട്ടിട്ടുകൊണ്ട് പൂട്ടിയതിനായിരുന്നു മകന് അച്ഛന്റെ മർദ്ദനം. പരമുനായർ പിന്നീട് കമ്മ്യൂണിസ്റ്റുകാരനായി. ഇങ്ങനെ ജാതി പിഡനം അങ്ങേയറ്റം ക്രൂരമായി നിലനിൽക്കുമ്പോൾ തന്നെ അവിടെ വർഗപരമായ ആധിപത്യവും തെന്നല പിള്ളമാർ ഉറപ്പാക്കിയിരുന്നുവെന്നതാണ് ഇതിൽ നിന്നൊക്കെ വ്യക്തമാകുന്നത്.ദളിത് വിഭാഗത്തിൽപ്പെട്ടവർ രണ്ട് തരം ചൂഷണങ്ങൾക്ക് വിധിക്കപ്പെടുകയും ചെയ്തു.

മറ്റിടങ്ങളിൽ നടന്ന സാമൂഹ്യ മാറ്റങ്ങൾ പോലും എത്തിനോക്കാത്ത പ്രദേശം കൂടിയായിരുന്നു അത്.

ക്ഷേത്ര പ്രവേശന വിളംബരം വന്നിട്ടും അതൊന്നും നടക്കാതെ, തീണ്ടലും അയിത്തവും പരസ്യമായി തന്നെ നിലനിന്ന പ്രദേശം. . അതിന് കാരണം അവിടെ നിലനിന്ന നിയമം തെന്നല പിള്ളമാരുടെതായിരുന്നുവെന്നത് തന്നെ. അവരുടെ ഇംഗിതത്തിന് അനുസരിച്ചായിരുന്നു നാടിന്റെ ചലനം. സാമൂഹ്യമാറ്റങ്ങളെ പോലും അവർ നിയന്ത്രിക്കാൻ ശ്രമിച്ചു.

ഇങ്ങനെയുള്ള പ്രദേശത്താണ് കമ്മ്യൂണിസ്റ്റ് പാർട്ടി വരുന്നത്. കർഷക തൊഴിലാളികളുടെയും ചെറുകിട ഗ്രൂപ്പ് യോഗങ്ങൾ നടത്തിയായിരുന്നു അന്നത്തെ പ്രവർത്തനമെന്ന് പുതുപ്പള്ളി രാഘവൻ ഓർക്കുന്നു. പുന്നപ്ര വയലാർ സമരം, കുട്ടനാട്ടെ കർഷക തൊഴിലാളി സമരം മുതൽ തെലങ്കാന സമരം,കയ്യൂർ കർഷക സമരം തുടങ്ങി ഇന്ത്യയിൽ നടന്നതും നടന്നുകൊണ്ടിരിക്കുന്നതുമായ നിരവധി പോരാട്ടങ്ങളുടെ കഥകളാണ് കർഷക തൊഴിലാളികളോട് രാഷ്ട്രീയ പ്രവർത്തനത്തിന്റെ ഭാഗമായി കമ്മ്യൂണിസ്റ്റ് പ്രവർത്തകർ പറഞ്ഞുകൊടുത്തത്.

എല്ലാ ചൂഷണങ്ങളും അവസാനിപ്പിക്കുന്നതിന് വേണ്ടിയാണ് ഇത്തരം സമരങ്ങൾ നടക്കുന്നതെന്നുമാണ് കർഷക തൊഴിലാളികളെ ബോധ്യപ്പെടുത്തിയതെന്ന് അന്ന് കമ്മ്യൂണിസറ്റ് പാർട്ടിക്ക് രൂപം നൽകിയ നേതാക്കളുടെ കുറിപ്പുകളിൽ പറയുന്നു. ഇത് വലിയ മാറ്റം ശൂരനാട്ട് ഉണ്ടാക്കി. ഓച്ഛാനിച്ചും, ഒതുങ്ങിയും അതുവരെ കഴിഞ്ഞുപോന്നവരിൽ ചിലർ ആത്മാഭിമാനത്തോടെ നടക്കാനും സംസാരിക്കാനും തുടങ്ങി. ഇത് സ്വാഭാവികമായും തെന്നലമാരെഅ അസ്വസ്ഥരാക്കി. അവർ കമ്മ്യൂണിസ്റ്റ് പ്രവർത്തനത്തിനെതിരെ ശക്തമായി നീങ്ങാൻ പൊലീസിനെ ഉപയോഗിച്ചു. കമ്മ്യൂണിസ്റ്റുകൾക്കെതിരെ വ്യാപകമായ കള്ളക്കഥകൾ പ്രചരിപ്പിക്കുകയാണ് ജനങ്ങൾക്കിടയിൽ ഭീതി പരത്താൻ വേണ്ടി ചെയ്തത്. രാജഭരണകാലത്ത് കോൺഗ്രസുകാരെ കുറിച്ച് പറഞ്ഞത് കമ്മ്യൂണിസ്റ്റ് കാരെ കുറിച്ച് പറയുകയാണ ജന്മിമാരും അവരുടെ ശിങ്കിടികളും ചെയ്തത്. കമ്മ്യൂണിസ്റ്റുകാരെ കുറച്ച് വ്യാപകമായ കള്ളക്കഥകൾ പ്രചരിപ്പിക്കുക മാത്രമല്ല, ആ ഭാഗത്ത് കൂടുതൽ പൊലീസുകാർ താവള മുറപ്പിക്കുകയും ചെയ്തു. എന്നാൽ കമ്മ്യൂണിസ്റ്റുകാരെ ഭയന്ന് പൊലീസുകാർക്ക് ഒറ്റയ്ക്കൊറ്റയ്ക്ക് നടക്കാൻ ഭയമായിരുന്നുവെന്നാണ് പുതുപ്പള്ളി രാഘവൻ എഴുതുന്നു. അദ്ദേഹം ഒരു കാര്യം കൂട്ടി ചേർക്കുന്നുണ്ട്. പൊലീസുകരുടെ ആക്രമണം ഉണ്ടാകുമൊ എന്ന ഭയന്ന് കമ്മ്യൂണിസ്റ്റുകളും അവിടെ കൂട്ടം കൂട്ടായെ നടക്കാറുണ്ടായിരുന്നുള്ളവത്രെ. രാത്രിയിൽ ഉറങ്ങുന്നവർക്ക് ഊഴം വെച്ച് കാവൽ നിന്നുമാണ് കമ്മ്യൂണിസ്റ്റ പാർട്ടി അവിടെ ചെറുത്തുനിൽപ്പ് നടത്തിയത്.

അന്ന് കമ്മ്യൂണിസ്റ്റ് പാർട്ടിയുടെ കായകുളം ജില്ലാ കമ്മിറ്റിയുടെ കീഴിലായിരുന്നു ശൂരനാട്ടുൾപ്പെടെയുള്ള പ്രദേശം.വള്ളിക്കുന്നം ലോക്കൽ കമ്മിറ്റി സെക്രട്ടറിയായിരുന്നു അന്ന് തോപ്പിൽ ഭാസി. കായകുളം ജില്ലാ കമ്മിറ്റിയുടെ സെക്രട്ടറിയാവട്ടെ ശങ്കരനാരയാണൻ തമ്പിയും. പാർട്ടി പ്രവർത്തനം ഈ മേഖലയിൽ തുടങ്ങിയതിന് ശേഷം ശൂരനാട്ടെ കമ്മ്യൂണിസ്റ്റ് പാർട്ടി യോഗത്തിൽ പങ്കെടുത്തതിന്റെ ഓർമ്മ പുതുപ്പള്ളി രാഘവൻ തന്റെ ആത്മകഥയിൽ പങ്കുവെയ്ക്കുന്നുണ്ട്. 1949 ഡിസംബർ 27-ാം തീയതിയായിരുന്നു യോഗം. ശങ്കരനാരായണൻ തമ്പിയോടൊപ്പമാണ് പുതുപ്പള്ളി യോഗത്തിന് എത്തിയത്. രാത്രി ആയിരുന്നു യോഗം. യോഗ സ്ഥലത്ത് ഉള്ള ആളുകളെ കണ്ട് ശങ്കരനാരായണൻ തമ്പിക്ക് അത്ഭുതമായി. അവിടെ കൂടിയിരുന്നവരൊക്കെ പാർട്ടി അംഗങ്ങളാണോ എന്നായിരുന്നു അദ്ദേഹത്തിന്റെ സംശയം. എന്നാൽ പാർട്ടി അംഗങ്ങൾ മാത്രമായിരുന്നില്ല അവിടെ കൂടിയിരുന്നത്. മറിച്ച് അനുഭാവികളും പാർട്ടി നേതാക്കൾക്ക് അഭയം കൊടുക്കുന്ന കർഷക

തൊഴിലാളികളുമായിരുന്നു. അവിടുത്തെ കർഷകത്തൊഴിലാളികളുടെ ജീവിതത്തെ ബാധിക്കുന്ന ഒരു പ്രശ്നത്തെക്കുറിച്ച് ചർച്ച ചെയ്യുന്നതിനായിരുന്നു അവിടെ യോഗം വിളിച്ചു ചേർത്തത്. തലമുറകളായി ഉപയോഗിച്ചു കൊണ്ടിരുന്ന കുളത്തിന്റെ അവകാശം തെന്നല പിള്ളമാർ കൈയടക്കിയതിനെ തുടർന്നുള്ള പ്രശ്നമായിരുന്നു അവിടെ തടിച്ചു കൂടിയ പാവപ്പെട്ട തൊഴിലാളികൾക്ക് പറയാനുണ്ടായിരുന്നത്.

ശൂരനാട്ടിലെ കലാപം

ഉള്ളന്നൂർകുളം എന്ന പേരിൽ അറിയപ്പെട്ട പുറമ്പോക്ക് കുളമായിരുന്ന തെന്നല പിള്ളമാർ തങ്ങളുടെതാക്കി മാറ്റിയത്. ശൂരനാട്ടെ പാവപ്പെട്ട കർഷകത്തൊഴിലാളികളെ സംബന്ധിച്ചിടത്തോളം അത് വെറും പുറമ്പോക്ക് കുളമായിരുന്നില്ല. പാടത്തും കരയ്ക്കും പണിയില്ലാതിരിക്കുന്ന ദിവസങ്ങളിൽ ഇവിടെ നിന്നുള്ള മീൻ പിടിച്ച് വിറ്റാണ് പലരുടെയും വീടുകളിൽ തീപുകഞ്ഞിരുന്നത്. അവിടെയുള്ളയുള്ള ചവറുകൾ വെട്ടാനുമുള്ള അധികാരവും നാട്ടുകാരിൽനിന്ന് കവർന്നെടുക്കപ്പെട്ടു. അങ്ങനെ ശൂരനാട്ടിലെ ഏറ്റവും ദരിദ്രരായ കർഷക തൊഴിലാളികളുടെ ജീവിതം ദുരിതത്തിലേക്ക് തള്ളിയിടുന്ന കൈയേറ്റമാണ് തെന്നല പിള്ളമാർ കൈകൊണ്ടതെന്നാണ് കർഷകത്തൊഴിലാളികൾ പറയുന്നത്. അവരുടെ ജീവിതത്തെ തന്നെ ഇരുട്ടിലാക്കുന്ന തീരുമാനത്തെക്കുറിച്ചുള്ള പരാതി പറയാനും അതിനെ ചെറുത്തുനിൽക്കാൻ എന്താണ് മാർഗം എന്ന് ആലോചിക്കാനുമാണ് കമ്മ്യൂണിസ്റ്റ് പാർട്ടിയുടെ യോഗത്തിൽ അവരെത്തിയത്. കമ്മ്യൂണിസ്റ്റ് പാർട്ടിയുടെ യോഗത്തിനെത്തിയ പുതുപ്പള്ളി രാഘവനോടും ആർ ശങ്കരനാരായണൻ തമ്പിയോടും ഇക്കാര്യമാണ് അവർ പറഞ്ഞത്. പുതുപ്പള്ളി രാഘവനും ശങ്കരനാരായണൻ തമ്പിയും, നാട്ടുകാരുടെ ജീവിതം ദുസ്സഹമാക്കുന്ന തീരുമാനവുമായി മുന്നോട്ടുപോകാൻ ജന്മിയെ അനുവദിക്കില്ലെന്ന തീരുമാനമെടുത്തു. ജന്മിപാട്ടത്തിന് കൊടുത്ത കുളത്തിൽനിന്ന് മീൻപിടിക്കാനും അത് സംഘടിതമായി ചെയ്യാനുമുള്ള തീരുമാനമാണ് അന്നത്തെ യോഗം എടുത്തത്. അങ്ങനെ ചെയ്യുമ്പോഴുള്ള ഭവിഷത്തുകളെക്കുറിച്ചും അന്ന് അവിടെ കൂടിയ നേതാക്കൾക്ക് ധാരണയുണ്ടായിരുന്നുവെന്ന് വ്യക്തം. അതുകൊണ്ടാണ് തനിച്ച്, ഒറ്റതിരിഞ്ഞ് ചെയ്യാതെ സംഘടിതമായും നേരത്തെ പ്രഖ്യാപിച്ചുകൊണ്ടും കുളത്തിന്മേലുള്ള അവകാശം വീണ്ടെടുക്കാൻ

തീരുമാനിച്ചത്. ജന്മി പൊലീസിനെ ഉപയോഗിക്കുമെന്നും പൊലീസു വന്നാൽ എന്തു ചെയ്യണമെന്നതടക്കമുള്ള തീരുമാനങ്ങളും അന്നത്തെ യോഗത്തിൽ എടുത്തു. പൊലീസിനോട് അങ്ങോട്ട് ചെന്ന് ആക്രമത്തിന് മുതിരരുത്, ഒളിച്ചോടരുത് തുടങ്ങിയ നിർദ്ദേശങ്ങളായിരുന്നു അന്ന് യോഗത്തിനൊടുവിൽ സംസാരിച്ച ശങ്കരനാരായണൻ തമ്പി അവിടെയുള്ള സഖാക്കളോടും തൊഴിലാളികളോടും നിർദ്ദേശിച്ചത്. ജന്മിയും ഗുണ്ടകളും പൊലീസും പ്രതികരിക്കുന്നതിന്റെ അടിസ്ഥാനത്തിൽ മാത്രം പ്രവർത്തിച്ചാൽ മതിയെന്നായിരുന്നു നിർദ്ദേശം.

ഈ ദിവസങ്ങളിൽതന്നെയാണ് തൊപ്പിൽ ഭാസിയേയും മാധവൻ പിള്ളയേയും വള്ളിക്കുന്നത്ത് വെച്ച് പൊലീസ് തടയുകയും അവർ രക്ഷപ്പെടുകയും ചെയ്ത സംഭവമുണ്ടായത്. ശൂരനാട്ടെത്തിയ തോപ്പിൽ ഭാസി നാട്ടുകാർ തങ്ങൾ പൊലീസിന്റെ പിടിയിൽനിന്ന് രക്ഷപ്പെട്ടതിനെക്കുറിച്ച് പൊടിപ്പും തൊങ്ങലും വെച്ച കഥകൾ പറയുന്നതാണ് കേട്ടത്. . തോപ്പിൽ ഭാസിയുടെ ജീവ ചരിത്രത്തിൽ പാട്ടത്തിന് നൽകിയ കുളത്തിൽ മീൻ പിടിക്കുന്നതുമായി ബന്ധപ്പെട്ട് യോഗം ചേർന്നതിനെക്കുറിച്ച് വിശദീകരിക്കുന്നില്ല. അദ്ദേഹം വള്ളിക്കുന്നിൽനിന്ന് ശൂരനാട്ട് എത്തിയപ്പോഴാണ് ആ സംഭവത്തെക്കുറിച്ച് അറിയുന്നതെന്നാണ് അദ്ദേഹം വിശദീകരിക്കുന്നത്. അതെന്തായാലും അദ്ദേഹം അവിടെ എത്തിയപ്പോൾ കേട്ട കഥ നാട്ടുകാർ ആ കുളത്തിൽ വിലക്ക് ലംഘിച്ച് മീൻ പിടിച്ച കഥയാണ്. ഇതിനെതിരെ ലേലം പിടിച്ചയാൾ തെന്നല പിള്ളയുടെ ശുപാർശയോടെ പൊലീസിനെ സമീപിച്ചതായും എന്തും ചെയ്യാൻ മടിയില്ലാത്തവരും പ്രതികൾ കമ്മ്യൂണിസ്റ്റുകളും തോപ്പിൽ ഭാസി, പേരൂർ മാധവൻ പിള്ള പനത്താഴ തുടങ്ങിയവരെ ഒളിപ്പിച്ചു താമസിപ്പിക്കുന്നവരുമാണെന്ന് പരാതിപെടുകയും ചെയ്തു. പരാതി കിട്ടിയതോടെ അവിടെ പൊലീസ് നടപടിയുണ്ടാകുമെന്ന് ഉറപ്പായി. പൊലീസിന്റെ വരവിനെ നാട്ടുകാരും കർഷകരും പ്രതീക്ഷിക്കുകയും ചെയ്തു. സംഘടിതമായിനിന്ന് പൊലീസിനെ നേരിടാം എന്നാണ് അവർ തീരുമാനിച്ചത്.

പിറ്റേ ദിവസമാണ് അവിടെ പൊലീസ് എത്തിയത്. രണ്ട് കാറുകളിലായി എത്തിയ പൊലീസുകാർ കുളത്തിനടുത്തേക്കോ അല്ലെങ്കിൽ പ്രതികളെന്ന് സംശയിക്കുന്നവരുടെ അടുത്തേക്കോ അല്ല, മറിച്ച് തെന്നല പിള്ളമാരുടെ വീട്ടിലേക്കാണ് പോയതെന്നാണ് തോപ്പിൽ ഭാസി എഴുതുന്നത്. രാത്രി ഭക്ഷണത്തിന് ശേഷം മറ്റ് ചിലരെയും കൂട്ടിയാണ് പൊലീസ് പ്രതികളെ തേടിയിറങ്ങിയത്. പിന്നീട് നടന്ന സംഭവം തോപ്പിൽ ഭാസി ഇങ്ങനെ വിവരിക്കുന്നു. 'ചില വീടുകളിലൊക്കെ

അവർ കയറി ഇറങ്ങി. കയറിയ വീട്ടുകളിലെ സ്ത്രീകളെയെല്ലാം അവർ ആഭാസമായി ചീത്തവിളിക്കുകയും ഓടിക്കുകയും ചെയ്തു.....അങ്ങനെ അവർ അടുത്ത കരയിലുള്ള പായിക്കാട്ടെ പരമേശ്വരൻ നായരും അവരുടെ അമ്മയും സഹോദരിയും സഹോദരിയുടെ ഭർത്താവും രണ്ട് കുട്ടികളുമാണ് അവിടെ താമസം. പൊലീസ് ചെന്ന് സമയം അവിടെ പുരുഷന്മാർ ഉണ്ടായിരുന്നില്ല. പൊലീസുകാരും അനുയായികളിൽ ചിലരും വളരെ അശ്ലീലമായി പെരുമാറാൻ തുടങ്ങി. സ്ത്രീകൾ ഉറക്കെ കരഞ്ഞു. ആ ശ്ബ്ദം കേട്ട് പൊലീസുകാർ വീട്ടുകൾ കയറി ഇറങ്ങുന്നത് അവസാനിപ്പിച്ചു.' വീട്ടുകാരുടെ ശബ്ദം കേട്ട് വീട്ടുകളിൽനിന്ന് വിട്ടുനിന്ന് പുരുഷന്മാർ അവിടെ എത്തിയതോടെ സ്ഥിതിഗതികൾ മാറുകയായിരുന്നു. അവിടെ എത്തിയ ആളുകളെ പൊലീസ് തല്ലി. ശബ്ദം കേട്ട് കൂടുതൽ ആളുകൾ അവിടെ എത്തി. അവർ പൊലീസുമായി ഏറ്റുമുട്ടി. ഓടിയ ആളുകൾ പരിസരത്തുള്ള വീട്ടുകളിൽ നിന്ന് വെട്ടുകത്തിയും ഇരുമ്പും ആയുധങ്ങളുമെല്ലാം എടുത്തു. സംഘർഷം രൂക്ഷമായപ്പോൾ പൊലീസുകാർ ഉന്തിലും തള്ളിലും പരിസരത്തെ ഇടവഴിയിലായി. രണ്ടു വശത്തും ആളുകളും. അതിരൂക്ഷമായ സംഘട്ടനമുണ്ടായി. പൊലീസ് വെടിവെയ്ക്കാൻ ശ്രമിച്ചുവെങ്കിലും തോക്ക് ആരോ പിടിച്ചു പറച്ചു. പൊലീസിന് പിടച്ചുനിൽക്കാൻ കഴിഞ്ഞില്ല. അവർ തിരിഞ്ഞോടാൻ ശ്രമിച്ചു. അതിനിടയിലുണ്ടായ ആക്രമണത്തിലാണ് ഒരു സബ് ഇൻസ്പെക്ടറും നാല് പൊലീസുകാരും കൊല്ലപ്പെട്ടത്.

1949 ഡിസംബർ 31 രാത്രിയായിരുന്നു ശൂരനാട്ടിന്റെ ചരിത്രം മാറ്റിയ ആ സംഭവം.

ശൂരനാട്ട് സംഭവത്തിന്റെ ഉത്തരവാദികൾ ആരാണ് എന്നതിനെ ചൊല്ലി വ്യത്യസ്ത അഭിപ്രായങ്ങൾ ഉണ്ട്. തോപ്പിൽ ഭാസി പറയുന്നത് കൽക്കത്ത തീസിസിന്റെ കാലത്തെ രാഷ്ട്രീയ ലൈൻ ആ സംഭവത്തിന് പ്രേരകമയിട്ടുണ്ടെന്നാണ്. അവിടെ കമ്മ്യൂണിസ്റ്റ് പാർട്ടിയുടെ പ്രവർത്തനം ഇല്ലായിരുന്നുവെങ്കിൽ ആ യാദൃശ്ചിക സംഭവം ഉണ്ടാവുമായിരുന്നില്ലെന്നും തോപ്പിൽഭാസി പറയുന്നു. എന്നാൽ അതിന് പിന്നിൽ പൊലീസ് ആരോപിക്കുന്നതുപോലെ ഒരു ഗൂഢാലോചനയും ഉണ്ടായിരുന്നില്ലെന്നും അദ്ദേഹം പറയുന്നു. തുടർന്ന് തോപ്പിൽ ഭാസി സംഭവത്തെ ഇങ്ങനെ വിലയിരുത്തി. : ആ സംഭവത്തിന് കാരണം ഞങ്ങളോ പൊലീസോ അല്ല. ആ നാട്ടിൽ നിലനിന്നിരുന്ന ജന്മിത്വത്തിന്റെ മുറുകെപിടുത്തമാണ്. ഒരു പുതിയ വെളിച്ചം കർഷകർക്കുണ്ടായി. അവരൊന്ന് കുതറി. ആ നിർഭാഗ്യം സംഭവിച്ചു'

ഇതേ നിലപാടുതന്നെയാണ് പുതുപ്പള്ളി രാഘവനും സ്വീകരിക്കുന്നത്. അദ്ദേഹം സംഭവത്തെക്കുറിച്ച് ഇങ്ങനെയാണ് തന്റെ ആത്മകഥയിൽ എഴുതുന്നത്. ' എല്ലാ അർത്ഥത്തിലും വ്യാപ്തിയിലും അതൊരു നിർഭാഗ്യകരമായ സംഭവം തന്നെയായിരുന്നു. അതിനുത്തരവാദികൾ ഞാൻ ഉറപ്പിച്ചുതന്നെ പറയുന്നു. അതിനുത്തരവാദികൾ കമ്മ്യൂണിസ്റ്റുകാരോ കർഷകരോ കർഷകത്തൊഴിലാളികളോ യുവജന സമാജക്കാരോ അല്ല. ..യഥാർഥ് കുറ്റവാളി തെന്നലത്തറയിലെ ഗോപാലപിള്ളയായിരുന്നു'. ശൂരനാട്ടെ സംഭവത്തെ പഴയ തിരുവിതാംകൂറിന്റെ തെക്കൻ പ്രദേശങ്ങളിൽ നടന്ന നാടാർ ലഹളയും വെങ്ങാനൂരിലെ പുലയർ ലഹളയും ഹരിപ്പാട്ടു മുതൽ കൊല്ലം പരവൂർ വരെ നടന്ന നാടരീഴവലഹളയും കൊല്ലം പെരിനാട്ടു നടന്ന കല്ലുമാല പ്രക്ഷോഭവുമായാണ് അദ്ദേഹം താരതമ്യ പെടുത്തുന്നത്. മനുഷ്യാവാകാശത്തിനും അഭിമാന സംരക്ഷണത്തിനും സ്വാതന്ത്ര്യത്തിനും വേണ്ടി ബഹുജനങ്ങൾ നടത്തിയ സമരങ്ങൾ ആയിരുന്നു അവ ഓരോന്നുമെന്നും അത്തരത്തിൽ പെട്ട സമരമായിരുന്നു ശൂരനാട്ടെ സമരമെന്നും അദ്ദേഹം അഭിപ്രായപ്പെടുന്നു.

1950 ജനുവരി ഒന്ന്

പുതുവർഷം പുലർന്നത് ഈ ഞെട്ടിക്കുന്ന വാർത്തയോടെയായിരുന്നു. ഒരു സബ് ഇൻസ്പെക്ടറും നാല് പൊലീസുകാരും കൊല്ലപ്പെട്ടിരിക്കുന്നു. ആ സംഭവത്തോടുള്ള കമ്മ്യൂണിസ്റ്റുകാരുടെ പ്രതികരണം തോപ്പിൽ ഭാസിയുടെയും പുതുപ്പള്ളി രാഘവന്റെയും നിലപാടുകളിലൂടെ കണ്ടു കഴിഞ്ഞു. അന്ന് പൊലീസുകാരെ കൊലപ്പെടുത്താനോ ആക്രമിക്കാൻ പോലുമോ ഉള്ള ഗൂഢാലോചന നടന്നുവെന്നതിന് തെളിവുകളില്ല. കുളത്തിലെ മീൻപിടിക്കുന്നതിനുള്ള അവകാശം വീണ്ടെടുക്കുന്നതിന് ചെറുത്തുനിൽപ്പ് നടത്താനും പൊലീസുകാർ ആക്രമിച്ചാൽ പ്രതിരോധിക്കാനും മാത്രമുള്ള തീരുമാനമായിരുന്നു അന്ന് എടുക്കപ്പെട്ടത്. എന്നാൽ പിന്നീടുണ്ടായ സംഭവങ്ങൾ പൊലീസുകാരുടെ പെരുമാറ്റത്തോടുള്ള ജനങ്ങളുടെ പ്രതികരണം മൂലം ഉണ്ടായതാണ്. അതിനൊക്കെ ആധാരമായ കാരണങ്ങൾ ആ പ്രദേശത്ത് അന്ന് നിലനിന്നിരുന്ന അങ്ങേയറ്റം മനുഷ്യത്വ വിരുദ്ധമായ ജന്മിത്വ സമ്പ്രദായവുമാണെന്നും കാണാം.

എന്തായാലും അധികാരികളുടെ പ്രതികരണം സ്വാഭാവികമായും അങ്ങനെ വസ്തുതകളുടെ അടിസ്ഥാനത്തിലായിരുന്നില്ല. കമ്മ്യൂണിസ്റ്റുകർ ഗൂഢാലോചന നടത്തി ആക്രമണം നടത്തിയെന്ന നിഗമനത്തിൽ തന്നെയാണ് അധികാരികൾ എത്തിയത്. കമ്മ്യൂണിസ്റ്റ് പാർട്ടിയേയും പാർട്ടിയുമായി ഏതെങ്കിലും തരത്തിൽ ബന്ധം ഉണ്ടെന്ന് കരുതുന്ന അറുപതോളം സംഘടനകളെയുമാണ് സർക്കാർ നിരോധിച്ചത്. ഇതിൽ കർഷക സംഘടനകളും യുവ സംഘടനകളും അതുപോലെ മഹിളാ സംഘടനകളുമെല്ലാം ഉൾപ്പെട്ടിരുന്നു. കമ്മ്യൂണിസ്റ്റ് പാർട്ടി നേരത്തെ തന്നെ ഫലത്തിൽ നിരോധനത്തിലായിരുന്നു.

സംഭവം നടന്ന് പിറ്റേ ദിവസം രാവിലെ പൊലീസിലെ ഉന്നത ഉദ്യോഗസ്ഥരുടെ അകമ്പടിയോടെ തിരു-കൊച്ചിയിലെ ആദ്യത്തെ മുഖ്യമന്ത്രി പറവൂർ ടി കെ നാരായണപിള്ള ശൂരനാട്ടെത്തി. പട്ടാളവും പൊലീസും അവിടെ എത്തി. തെന്നലയുടെ മുറ്റത്ത് വെച്ച് പൊലീസുകാരെ സാക്ഷി നിർത്തിയാണ് ടി കെ നാരായണപ്പിള്ള ഒരു പ്രഖ്യാപനം നടത്തിയത്. ശൂരനാടെന്നൊരു നാടിനി വേണ്ടെന്നായിരുന്നു മുഖ്യമന്ത്രിയുടെ പൊലീസുകാരോടുള്ള പ്രഖ്യാപനം. പൊലീസുകാർ കൊല്ലപ്പെട്ടതിനോട് സായുധമായി ഏത് രീതിയിലും പ്രതികരിക്കാനുള്ള അനുമതിയാണ് മുഖ്യമന്ത്രി നൽകിയത്.

അതേസമയം കമ്മ്യൂണിസ്റ്റുകാരുടെ ആക്രമണത്തെക്കുറിച്ചുള്ള കഥകൾ അന്നത്തെ ചില മാധ്യമങ്ങളിലൂടെ വ്യാപകമായി പ്രചരിപ്പിക്കപ്പെട്ടു. എന്നു മാത്രമല്ല, കമ്മ്യൂണിസ്റ്റുകാർ ആക്രമി സംഘമായിരുന്നുവെന്ന രീതിയിലായിരുന്നു ഐജി ആയിരുന്ന ചന്ദ്രശേഖരൻ നായർ പിന്നീട് തന്റെ ഓർമ്മക്കുറിപ്പിൽ എഴുതിയത്. അന്നത്തെ ആക്രമണത്തിൽ കൊല്ലപ്പെട്ട ഇൻസ്പെക്ടറുടെ തുടയിലെ മാംസം ആക്രമികൾ അറുത്തെടുത്ത് കളത്തിലെ മീനുകൾക്ക് നൽകിയെന്ന് വരെ അദ്ദേഹം എഴുതി. പൊലീസുകാരുടെ ജനനേന്ദ്രിയം മുറിച്ച് മൽസ്യങ്ങൾക്ക് എറിഞ്ഞു കൊടുത്തുവെന്ന രീതിയിലും കമ്മ്യൂണിസ്റ്റ് ആക്രമണങ്ങളെക്കുറിച്ച് അധികാരികൾ അന്ന് കഥകൾ പ്രചരിപ്പിച്ചു.

ഇതിന്റെയെല്ലാം ഫലമായി അതി ഭീകരമായ മർദ്ദനമാണ് പിന്നീടുള്ള ദിവസങ്ങളിൽ ശൂരനാട്ട് അരങ്ങേറിയത്. ശൂരനാട്ടുള്ള മധ്യത്തിലുള്ള പൊയ്ക മൈതാനത്തായിരുന്നു പൊലീസ് ക്യാമ്പ് തുടങ്ങിയത്. ഇരുന്നൂറിലെറെ പൊലീസുകാർ അവിടെ ക്യാമ്പ് ചെയ്തുവെന്നാണ് പുതുപ്പള്ളി രാഘവൻ ഓർത്തെടുക്കുന്നത്. ശൂരനാട്ട് സംഭവത്തിൽ തോപ്പിൽ ഭാസി, ആർ ശങ്കരനാരായണൻ തമ്പി, നടേവടക്കതിൽ പരമുനായർ, പായ്ക്കാലിൽ പരമേശ്വരൻ നായർ, കോതലിൽ വേലായുധൻ നായർ, പാത്തൻകുട്ടി ചെറപ്പാട്, അമ്പിയിൽ ജനാർദ്ദനൻ നായർ, അയണിവിള കുഞ്ഞുപ്പിള്ള, പോണാൽ തങ്കപ്പക്കുറുപ്പ്, തെക്കയ്യത്ത് ഭാസ്കരൻ, പോണാൽ ചെല്ലപ്പൻ നായർ, വിളയിൽ ഗോപാലൻ നായർ, ചേലേക്കാട്ടേത്ത് കുഞ്ഞിരാമൻ, പേരൂർ മാധവൻ പിള്ള, വരമ്പയിൽ കൊച്ചുകുഞ്ഞ് പനത്താഴ രാഘവൻ തുടങ്ങി 26 പേരോളം കേസിൽ പ്രതികളായി.

നേരത്തെ സൂചിപ്പിച്ച രീതിയിലുള്ള സന്നാഹങ്ങളും കമ്മ്യൂണിസ്റ്റ് ആക്രമണങ്ങളെക്കുറിച്ചുള്ള കൽപ്പിത കഥകളെയും തുടർന്ന് അതിഭീകരമായ ആക്രമണങ്ങളാണ് പൊലീസിന്റെ ഭാഗത്തുനിന്ന് ഉണ്ടായത്.

ശൂരനാട്ട് മരണപ്പെട്ട പൊലീസ് ഇൻസ്പകടർക്ക് പകരം നിയമിതനായത് ചെറിയനാട് എന്ന സ്ഥലത്ത് നേരത്തെ സസ്പെൻഷനിലായിരുന്ന ഭാസ്കരപണിക്കർ എന്ന ഉദ്യോഗസ്ഥാനായിരുന്നു. അദ്ദേഹത്തിന്റെ നേതൃത്വത്തിലായിരുന്നു ശൂരനാട് എന്നൊരു പ്രദേശം ഇല്ലാതാക്കാനുള്ള പൊലീസ് നടപടികൾ സ്വീകരിക്കപ്പെട്ടത്.

രക്തസാക്ഷികളും പ്രതികളും

പ്രതികളെയും കമ്മ്യൂണിസ്റ്റ് പാർട്ടി പ്രവർത്തകരെയും അനുഭാവികളെയും പിടി കൂടാൻ പോലീസുകാർ വീടുകൾ തോറും കയറി ഇറങ്ങി. അന്നത്തെ പൊലീസിന്റെ നടപടിയെ തോപ്പിൽ ഭാസി ഇങ്ങനെ വിവരിക്കുന്നു ‘ പൊലീസ് വീടുകൾ ഓരോന്നായി ഇടിച്ചുനിരത്തി, കതകകൾ വെട്ടിക്കീറി, ഫലവൃക്ഷങ്ങൾ മുറിച്ചുതള്ളി, വീടുകൾ കൊള്ളചെയ്തു കൈയിൽ കിട്ടിയതെല്ലാം വാരിക്കൊണ്ടുപോയി. ആടിനെയും മാടിനെയും എല്ലാം പിടിച്ചു ക്യാമ്പിൽ കൊണ്ടുപോയി അറുത്തുവേകിച്ചു തിന്നു. തെന്നല വീട്ടുകാരെ ഒഴികെ എല്ലാവരെയും അടിച്ചു തകർത്തു വഴിനീളെ ഇട്ടു’ ഇങ്ങനെയുള്ള പൊലീസ് മർദ്ദനത്തിന്റെ ആദ്യ രക്തസാക്ഷി തണ്ടാശ്ശേരിയിൽ രാഘവനായിരുന്നു. അദ്ദേഹത്തെ പിടികൂടിയതിന് ശേഷം മണിക്കൂറുകൾക്കകം അതിഭീകരമായി മർദ്ദിച്ച് കൊലപ്പെടുത്തിയതെന്നാണ് ആ സംഭവത്തെക്കുറിച്ചുള്ള കുറിപ്പുകൾ പറയുന്നത്.

ആദ്യകാലത്ത് കോൺഗ്രസ്സുകാരനായിരുന്നു തണ്ടാശ്ശേരി. നിയമലംഘന പ്രസ്ഥാനത്തിൽ പങ്കെടുക്കുകയും ജയിലിൽ കിടക്കുകയും ചെയ്തിട്ടുണ്ട്. കോൺഗ്രസ്സുകാർ ഭരണത്തിൽ എത്തുകയും നാട്ടിലെ ജന്മിമാരിൽ പലരും പഴയ വിരോധമൊക്കെ മാറ്റി കോൺഗ്രസാവുകയും ചെയ്തതോടെ തണ്ടാശ്ശേരിയെ പോലുള്ളവർ ആ പ്രസ്ഥാനത്തിൽനിന്ന് അകന്നു. എങ്കിലും ശൂരനാട് സംഭവം നടക്കുമ്പോൾ അദ്ദേഹം കമ്മ്യൂണിസ്റ്റ് പാർട്ടി അംഗമായിരുന്നില്ല. എന്നാൽ അന്നാട്ടിലെ ജന്മിമാർക്ക് തീരെ താൽപര്യമില്ലാത്ത വ്യക്തിയായി തണ്ടാശ്ശേരി മാറിയിരുന്നു. അതുകൊണ്ട് തന്നെ അദ്ദേഹത്തെ ബോധപൂർവം കേസിൽ കുടുക്കുകയായിരുന്നുവെന്നാണ് പലരും കരുതുന്നത്. മരങ്ങാട്ട് കൃഷ്ണപിള്ള എന്ന ജന്മി പോലീസിനെന്തോ ചോദിക്കാനുണ്ടെന്ന് പറഞ്ഞ് അദ്ദേഹത്തെ

പൊലീസ് ക്യാമ്പിലേക്ക് പറഞ്ഞയക്കുകയായിരുന്നുവത്രെ. അവിടെ നിന്ന് അദ്ദേഹത്തെ അടൂർ പൊലീസ് സ്റ്റേഷനിലേക്ക് കൊണ്ടുവന്നു. വൈകിട്ട് കൊണ്ടുവന്ന അദ്ദേഹത്തെ നിരന്തരം പൊലീസ് മർദ്ദനത്തിന് വിധേയനാക്കുകയായിരുന്നുവെന്നാണ് അന്ന് ലോക്കപ്പിലുണ്ടായിരുന്ന നടേവടക്കതിൽ പരമുനായർ പറയുന്നത്. (ശൂരനാട് ചുവന്നപ്പോൾ- പി എസ് സുരേഷ്). അന്ന് രാത്രി തന്നെ അദ്ദേഹം മരിച്ചു. 1950 ജനുവരി 18 നായിരുന്നു. ആ ദിവസം ശൂരനാട് രക്തസാക്ഷി ദിനമായി ആചരിച്ചു പോരുന്നു.

ഏറ്റവും കൂടുതൽ ആക്രമിക്കപ്പെട്ടത് കളയ്ക്കാട്ട് വീടായിരുന്നു. കേസിലെ പ്രതി പരമേശ്വരൻ നായരുടെ വീടായിരുന്നു അത്. പരമേശ്വരൻ നായർ സംഭവം നടന്ന ദിവസം സാഹസികമായി ശൂരനാട്ടിൽനിന്ന് രക്ഷപ്പെടുകയായിരുന്നു. അദ്ദേഹത്തിന്റെ അച്ഛനെയും മറ്റൊരു വൃദ്ധനെയും പൊലീസ് കസ്റ്റഡിയിലെടുക്കുകയും അതിക്രൂരമായി മർദ്ദനത്തിന് വിധേയമാക്കുകയും ചെയ്യുകയായിരുന്നു. മരിച്ചെന്ന് കരുതി റോഡിലേക്ക് വലിച്ചെറിഞ്ഞ ഇവർ കുറ്റിക്കാട്ടിലേക്ക് വീഴുകയും ഭാഗ്യം കൊണ്ട് രക്ഷപ്പെടുകയുമായിരുന്നു.

പൊലീസുകാർ രണ്ട് വയസ്സുകാരിയോട് ചെയ്തത്

പൊലീസുകാരുടെ ക്രൂരമായ മർദ്ദനങ്ങൾക്കും ആക്രമങ്ങൾക്കും വിധേയമായ വീടായിരുന്നു പായിക്കാട്. പായിക്കാട് വീട് മുറ്റത്തിനടുത്താണ് നാട്ടുകാർ മീൻ പിടിച്ച ചാല്. ഈ വീട്ടിന്റെ മുറ്റത്ത് വെച്ചായിരുന്നു പൊലീസുകാരും സംഘവും ഏറ്റുമുട്ടിയതും ഇൻസ്പെകടറും നാല് പേരും കൊല്ലപ്പെട്ടതും. അതുകൊണ്ട് തന്നെ ആ വീട് നിരന്തരമായി ആക്രമിക്കുകയെന്നത് പൊലീസിന്റെ ദിവസ പ്രവർത്തിപോലെയായിരുന്നു. അവിടെ പൊലീസ് അന്വേഷിക്കുന്ന രണ്ടു പേരുണ്ടായിരുന്നു. ഗോപാലപിള്ളയും പരമേശ്വരൻ നായരും. ഇവർ രണ്ടുപേരും സംഭവം നടന്നതിന് ശേഷം ഒളിവിലായിരുന്നു. പരമേശ്വരൻ നായരുടെ സഹോദരി ഭർത്താവാണ് ഗോപാലപിള്ള. ഗോപാലപിള്ളയുടെ ഭാര്യ തങ്കമ്മയും രണ്ട് കുഞ്ഞുങ്ങളും അമ്മയും മാത്രമാണ് ആ വീട്ടിൽ ഉണ്ടായിരുന്നത്. ആ വീട്ടുവളപ്പിലെ കൃഷികളെല്ലാം നശിപ്പിച്ച പൊലീസ് സംഘം മിക്ക ദിവസങ്ങളിലും വീട്ടിൽ കയറി സ്ത്രീകളെ പോലും ആക്രമിക്കുകയും ചെയ്യുറുണ്ടായിരുന്നു. അവർക്ക് വീട്ടിൽ ജീവിതം അസാധ്യമാക്കുന്ന തരത്തിലായിരുന്നു പൊലീസുകാരുടെ പെരുമാറ്റം. ഗോപാലപിള്ളയും പരമേശ്വരൻ നായരും എവിടെയാണെന്നുള്ള കാര്യം പറഞ്ഞു കൊടുക്കാൻ വേണ്ടിയാണ് ഇത്തരത്തിൽ മർദ്ദനം ആ നിസ്സഹയായ സ്ത്രീകൾക്ക് നേരെ പൊലീസ് നടത്തികൊണ്ടിരുന്നത്. അങ്ങനെ ആക്രമം നിത്യ സംഭവമായതിന് ശേഷം ഒരു ദിവസം ഇൻസ്പെകടറും സംഘവും പതിവുപോലെ വീട്ടിലെത്തി അമ്മയേയും മക്കളേയും ആക്രമിക്കുകയും ചെയ്തു. പരമേശ്വരൻ നായരും ഗോപാലപിള്ളയും എവിടെയാണെന്ന കാര്യം ആ സ്ത്രീകൾക്ക് അറിയാമെന്നും അതെങ്ങനെയെങ്കിലും അവരെ കൊണ്ട് പറയിക്കുകയുമാണ് തങ്ങളുടെ ലക്ഷ്യമെന്നും അവർ പ്രഖ്യാപിച്ചു.

അവിടുത്തെ സ്ത്രീകളെ മർദ്ദിച്ചു. എങ്ങനെയെങ്കിലും ഗോപാലപ്പിള്ളയും പരമേശ്വരൻ നായരും എവിടെയാണെന്ന് പറയിക്കുകയാണ് ലക്ഷ്യം. പിഞ്ചുകുട്ടിയെ എടുത്തുനിൽക്കുകയായിരുന്ന സ്ത്രീ മർദ്ദനത്തിൽ തെറിച്ചു വീണു. അവരുടെ കുട്ടിയും തെറിച്ചുവീണു. എന്തുവന്നാലും ഗോപാലപിള്ളയും പരമേശ്വരൻ നായരും എവിടെയാണെന്ന കാര്യം പറയിക്കുമെന്ന് ആവർത്തിച്ചുകൊണ്ട് ആ പൊലീസുകാരൻ താഴെ തെറിച്ചുവീണുകിടക്കുന്ന കുട്ടിയെ തൂക്കിയെടുത്തു. തന്റെ ഭർത്താവ് എവിടെയാണെന്നറിയില്ലെന്ന് കരഞ്ഞു പറഞ്ഞിട്ടും പൊലീസുകാരൻ വിശ്വസിച്ചില്ല. പൊലീസുകാരൻ കുട്ടിയുമായി പുറത്തെത്തി സമീപത്തുള്ള കുളക്കരയിൽ നിന്നുകൊണ്ട് ആ സ്ത്രീയോട് അവരുടെ ഭർത്താവ് എവിടെയെന്ന കാര്യം പറയാൻ വീണ്ടും വീണ്ടും ആവശ്യപ്പെട്ടു. അവർക്ക് അറിയാത്ത കാര്യം പറയാൻ കഴിയില്ലായിരുന്നു. അയാൾ ആ കുട്ടിയെ വെള്ളത്തിൽ മുക്കി പിടിച്ചു. ശ്വാസം മുട്ടുമ്പോൾ പൊക്കിയെടുത്ത് വീണ്ടും വെള്ളത്തിൽ മുക്കും. ഇങ്ങനെ പിഞ്ചുകുട്ടിയോട് ക്രൂരത കാണിക്കുന്നത് കണ്ട് ആ സ്ത്രീ ബോധംകെട്ടു വീഴുകയും കുട്ടിയെ ഉപേക്ഷിച്ച് പൊലീസ് പിൻവാങ്ങുകയും ചെയ്യുകയാണ് ചെയ്തത്. അന്ന് ശൂരനാട്ട് പൊലീസിന് കിട്ടിയ അധികാരം എത്രത്തോളമാണെന്നത് ഈ സംഭവം തെളിവാണ്. ശൂരനാട്ടിനെ കുറിച്ച് പരമാർശിക്കുന്ന കുറിപ്പുകളിലും ലേഖനങ്ങളിലും പുസ്തകങ്ങളിലുമെല്ലാം ഈ സംഭവം പരാമർശിക്കുന്നുണ്ട്. ശൂരനാട്ട് പൊലീസ് നടത്തിയ ക്രൂരതയുടെ ഉദാഹരണമായി. അവരുടെ വീട് നിരന്തരമായി പൊലീസിന്റെ നിരീക്ഷണത്തിലായി. അവരെ സഹായിക്കുന്നതിൽനിന്ന് നാട്ടുകാരെ വിലക്കി. ഒരു തരത്തിലും ജീവിക്കാൻ അവരെ അനുവദിച്ചില്ല. ഒടുവിൽ ഭാര്യയെ കാണാൻ ശ്രമം നടത്തുന്നതിനിടെ ഗോപാലപ്പിള്ള പൊലീസ് പിടിയിലായി. അദ്ദേഹവും പൊലീസിന്റെ ക്രൂര മർദ്ദനത്തിന് വിധേയനായി കൊല്ലപ്പെടുകയും ചെയ്തു.

ശൂരനാട് സംഭവത്തിന് ശേഷം, പൊലീസുകാരുടെ കൊലപാതകത്തിന് കാരണമായ സംഭവത്തിൽ പങ്കെടുത്തവരും അതിൽ യാതൊരു പങ്കുമില്ലാത്തവർക്കുമെല്ലാം വിവിധതരത്തിലുള്ള അവസ്ഥകളിലൂടെയാണ് കടന്നുപോകേണ്ടി വന്നത്. പൊലീസിനെ സംബന്ധിച്ച് കണ്ണിൽ കണ്ടവരെ കൈകാര്യം ചെയ്യാനുള്ള ഉത്തരവായിരുന്നു ലഭിച്ചത്. അതാണ് മുഖ്യമന്ത്രി തന്നെ നേരിട്ട് പറഞ്ഞതും.

ഒളിവിൽ പോയവരും പിടിയിലായവരും

എന്നാൽ അന്ന് അവിടെയുണ്ടായിരുന്ന ചേലക്കോട്ടത്ത് കുഞ്ഞുരാമൻ. അദ്ദേഹം കമ്മ്യൂണിസ്റ്റ് പാർട്ടിയുടെ സജീവ പ്രവർത്തകനായിരുന്നു. ശൂരനാട് സംഭവം നടന്നതിന് പിറ്റേ ദിവസം ഒരു ചീനി തോട്ടത്തിൽ ആയിരുന്നു കുഞ്ഞിരാമൻ ഒളിവിൽ കഴിഞ്ഞത്. അവിടെ ഇരുന്നുകൊണ്ട് അദ്ദേഹം പൊലീസുകാർ കൊല്ലപ്പെട്ടവരുടെ മൃതദേഹങ്ങൾ കൊണ്ടുപോകുന്നതും മറ്റും കണ്ടു. രാത്രിയായതോടെ അദ്ദേഹം അടൂരിലെ ഒരു ബന്ധുവീട്ടിലേക്ക് മാറി. പൊലീസ് സ്റ്റേഷന് സമീപമായിരുന്നു ആ വീട്. അവിടുത്തെ ഒളിവു ജീവിതം കാരണം അടൂർ സ്റ്റേഷനിൽ എന്തൊക്കെയാണ് നടക്കുന്നതെന്ന് മനസ്സിലാക്കാൻ അദ്ദേഹത്തിന് കഴിഞ്ഞു. എന്നാൽ അദ്ദേഹത്തിന് ശൂരനാട്ടെ തന്റെ പാർട്ടി പ്രവർത്തകർക്ക് എന്ത് സംഭവിച്ചുവെന്ന് മനസ്സിലാക്കാൻ കഴിഞ്ഞില്ല. അധിക ദിവസം അടൂരിൽ തങ്ങാൻ കഴിയാതിരുന്ന അദ്ദേഹം പിന്നീട് വിവിധ സ്ഥലങ്ങളിൽ വിവിധ പേരുകളിൽ കഴിഞ്ഞു. കൊട്ടാരക്കര, അഞ്ചൽ, ഏരൂർ, കൊളത്തൂപ്പുഴ എന്നിവിടങ്ങളിൽ കഴിഞ്ഞു.

കുഞ്ഞുരാമനെ കുറിച്ച് പറയുമ്പോൾ അദ്ദേഹത്തിന്റെ വീട്ടിൽ ചെന്നതിന്റെ അനുഭവം തോപ്പിൽ ഭാസി പറഞ്ഞത് കൂടി അറിയണം. സംഭവം ശൂരനാട് സംഭവം നടക്കുന്നതിന് മുമ്പാണ്. ജനാധിപത്യ യുവസംഘടനയുടെ യോഗങ്ങൾ നടക്കുന്ന സമയമായിരുന്നു അത്. ഒരു യോഗം സംഘടിപ്പിക്കുന്നത് ചർച്ച ചെയ്യുന്നതിനാണ് തോപ്പിൽ ഭാസി അവിടെ എത്തിയത്. പുതുപ്പള്ളി രാഘവനും അപ്പോൾ അവിടെയുണ്ടായിരുന്നു. അന്ന് അവിടെ കണ്ട് ഏഴ് വയസ്സുകാരിയായ മകൾ ഭാർഗവിയെക്കുറിച്ചാണ് തോപ്പിൽ ഭാസി എഴുതുന്നത്. കിലുക്കാംപെട്ടി പോലെ ചിരിക്കുന്ന പെൺകുട്ടിയെന്നാണ് തോപ്പിൽ ഭാസി ആ പെൺകുട്ടിയെ

വിശേഷിപ്പിക്കുന്നത്. പിന്നീട് ആ കുട്ടിക്ക് എന്ത് സംഭവിച്ചുവെന്നും അദ്ദേഹം തുടർന്ന് പറയുന്നുണ്ട്. തോപ്പിൽ ഭാസിയുടെ വിഖ്യാതമായ മൂലധനം എന്ന നാടകം സമർപ്പിച്ചിരിക്കുന്നത് ആ കുട്ടിക്കാണ്. അതിന്റെ കാരണം അറിയുമ്പോഴാണ് ശൂരനാട്ട് സംഭവം ഉണ്ടാക്കിയ ഗുരുതരമായ മനുഷ്യാവകാശ പ്രശ്നങ്ങളെക്കുറിച്ച് നമുക്ക് മനസ്സിലാകുക.

ഒളിവിൽ താമസിക്കുന്നതിനിടെയാണ് കുഞ്ഞുരാമൻ തന്റെ മക്കൾ ആയിരം തെങ്ങ് കടപ്പുറത്ത് അനാഥമായി കിടക്കുന്നുണ്ടെന്ന വിവരം അറിയുന്നത്. തന്റെ കുട്ടികളെ കാണാനുള്ള യാത്രയ്ക്കിടെയായിരുന്നു അദ്ദേഹം ഈ വിവരം അറിഞ്ഞത്. അദ്ദേഹം അഞ്ചു തെങ്ങിലെത്തി. ആ സംഭവത്തെക്കുറിച്ച് മൂലധനത്തിന്റെ ആമുഖത്തിൽ തോപ്പിൽ ഭാസി ഇങ്ങനെ എഴുതുന്നു. 'കുഞ്ഞുങ്ങളെ തേടി പരതിനടന്ന ആ പിതാവ് കടപ്പുറത്ത് ഒരു കാഴ്ച കണ്ടു. സന്നിപാതജ്വരം പിടിപ്പെട്ട് പ്രജ്ഞയറ്റ് കിടക്കുന്ന ഭാർഗവിയുടെ മുഖത്തുനിന്ന് അവളുടെ കൊച്ചനുജൻ ഈച്ചയാട്ടി അകറ്റുകയാണ്. അവൾ അമ്മയെ വിളിച്ചു. കുളത്തൂപ്പുഴമലയിൽ ഒളിവിൽ താമസിപ്പിച്ചിരിക്കുന്ന ഭാര്യയുടെ അടുത്തേക്ക് കുഞ്ഞുരാമൻ മക്കളെയും തോളിലിട്ട് നടന്നു. പക്ഷെ അമ്മയെ കാണാൻ ആ കുഞ്ഞികണ്ണുകൾ തുറന്നില്ല. അത് എന്നന്നേക്കമായി അടഞ്ഞുപോയി. ' മൂലധനം നാടകത്തിന്റെ അവതാരികയുടെ വരികൾ തോപ്പിൽ ഭാസി തന്റെ ആത്മകഥയിലും എടുത്തെഴുതിയിട്ടുണ്ട്. കുളത്തൂപ്പുഴ മലയിൽ മകളുടെ മൃതദേഹം അടക്കം ചെയ്യുന്നതിനിടെ പൊലീസുകാർ വളഞ്ഞെങ്കിലും കുഞ്ഞുരാമൻ ഒരു വിധം അവിടെനിന്ന് രക്ഷപ്പെടുകയായിരുന്നു. പിന്നീട് അദ്ദേഹം ആറ് മാസത്തോളം ഒളിവിൽ കഴിഞ്ഞു. തിരുനൽവേലിയിലേക്ക് രക്ഷപ്പെടാനുള്ള ശ്രമത്തിനിടയിൽ പോലീസ് പിടിയിലായി. വിവിധ പ്രദേശങ്ങളിൽ വിവിധ പേരുകളിലായിരുന്നു അദ്ദേഹം കഴിഞ്ഞത്. പത്താനപുരം എന്ന പേരായിരുന്നു അവസാനം. പത്തനാപുരത്ത് കാരൻ നാണു. പൊലീസ് അറസ്റ്റ് ചെയ്ത് ആദ്യം കൊട്ടാരക്കരയിലും പിന്നീട് അടൂർ പൊലീസ് സ്റ്റേഷനിലും കൊണ്ടുപോയി. അതിഭീകരമായ മർദ്ദനമാണ് അദ്ദേഹത്തിന് മറ്റുള്ളവരെ പോലെ നേരിടേണ്ടിവന്നത്. ടി കെ നാരായണപിള്ള മന്ത്രിസഭ മാറി സി കേശവന്റെ നേതൃത്വത്തിൽ തിരു-കൊച്ചിയിൽ മന്ത്രിസഭ വന്നു. ജയിൽ സന്ദർശിച്ച സി കേശവനോട് തടവറയിൽ നേരിടുന്ന മർദ്ദനത്തെക്കുറിച്ച് വിവരിച്ചു. പിന്നീട് കുറച്ചു ദിവസങ്ങൾക്ക് ശേഷം കുഞ്ഞുരാമനെ കൊല്ലം കസബ പൊലീസ് സ്റ്റേഷനിലേക്ക് മാറ്റി. കള്ളസാക്ഷികളെ ഹാജരാക്കി ശിക്ഷിപ്പിക്കാൻ വിചാരണ വേളയിൽ പൊലീസ് ശ്രമിച്ചെങ്കിലും കുഞ്ഞുരാമനെ കോടതി വെറുതെ വിടുകയായിരുന്നു.

ശൂരനാട് സംഭവത്തിന് ശേഷം ഒളിവിൽ കഴിയുകയും പിന്നീട് പൊലീസ് പിടിയിലാകുകയും അതിന് ശേഷം ശിക്ഷിക്കപ്പെടുകയും പുറത്തുവരികയും ചെയ്ത കഥയാണ് പോണാൽ തങ്കപ്പക്കുറുപ്പിന്റേത്. തന്റെ ബന്ധുക്കളെ പൊലീസ് അതിഭീകരമായി വേട്ടയാടുന്നത് കണ്ട് സ്വയം പിടി കൊടുക്കുകയും ഒടുവിൽ അതി ഭീകരമായ മർദ്ദനത്തിന് ശേഷം ശിക്ഷിക്കപ്പെടുകയും ചെയ്യുകയായിരുന്നു തങ്കപ്പക്കുറുപ്പ്. പൊണാൽ തങ്കക്കുറുപ്പ് ശൂരനാട് സംഭവത്തിന് മുമ്പ് തന്നെ ജന്മിമാരുടെയും മാടമ്പിമാരുടെയും നോട്ടപ്പുള്ളിയായിരുന്നു. പാറക്കടവ് ചന്തയിൽ ചായക്കട നടത്തിയിരുന്ന ആളായിരുന്നു തങ്കപ്പക്കുറുപ്പ്. ചന്ത നിയന്ത്രിക്കുന്ന കുഞ്ഞുകൃഷ്ണപിള്ളയുടെ കണ്ണിലെ കരടായിരുന്നു തങ്കപ്പക്കുറുപ്പ്. അദ്ദേഹം തന്റെ കട കമ്മ്യൂണിസം വളർത്താൻ ഉപയോഗിക്കുന്നുവെന്നായിരുന്നു കുഞ്ഞുകൃഷ്ണപിള്ളയുടെ ആക്ഷേപം. തങ്കപ്പക്കുറുപ്പിന്റെ കടയിൽ പാലു കൊടുത്തിരുന്നത് അതിനകം കമ്മ്യൂണിസ്റ്റായി അറിയപ്പെട്ടിരുന്ന നടേവടക്കതിൽ പരമുനായരായിരുന്നു. പരമുനായരിൽനിന്ന് പാലു വാങ്ങരുതെന്നായിരുന്നു ചന്ത മാനേജർ കുഞ്ഞുകൃഷ്ണപിള്ളയുടെ നിർദ്ദേശം. സ്വാഭാവികമായി തങ്കപ്പക്കുറുപ്പ് ആ ഭീഷണി അവഗണിച്ചു. അങ്ങനെ ജന്മി മാടമ്പിമാരുമായി നിരന്തരം സംഘർഷത്തിലൂടെയാണ് തങ്കപ്പക്കുറുപ്പ് തന്റെ ജീവിതം മുന്നോട്ടുകൊണ്ടുപോയത്. സാധാരണ കർഷക കുടുംബത്തിൽ പിറന്ന തങ്കപ്പക്കുറുപ്പ് നാലാം ക്ലാസ് വിദ്യാഭ്യാസത്തിന് ശേഷമാണ് ജീവിക്കാൻ വേണ്ടി ചായക്കട ആരംഭിച്ചത്. . അദ്ദേഹത്തെ കമ്മ്യൂണിസ്റ്റ് പാർട്ടിയിലേക്ക് ആകർഷിച്ചത് പരമുനായരും പായ്ക്കാലിൽ പരമേശ്വരൻ നായരും ഗോപാലപിള്ളയും മറ്റുമായിരുന്നു. ശൂരനാട് സംഭവത്തിന് ശേഷം തങ്കപ്പക്കുറുപ്പ് കുറച്ചുദിവസം താമരക്കുളം ചന്തയ്ക്ക് സമീപത്തെ ബന്ധുവീട്ടിലായിരുന്നു അഭയം തേടിയത്. പിന്നീട് പല സ്ഥലങ്ങളിലും കഴിയാൻ അദ്ദേഹം നിർബന്ധിതനായി. പരിചയമില്ലാത്ത നാട്ടിൽ പോയി ജോലി ചെയ്ത് ജീവിക്കാമെന്നായിരുന്നു അദ്ദേഹത്തിന്റെ കണക്കുകൂട്ടൽ. പല പല ജോലികളും ചെയ്ത അതിനിടയിൽ ശൂരനാട്ടുനിന്നുള്ള നിറം പിടിപ്പിച്ച കഥകളാണ് അദ്ദേഹം കേട്ടുകൊണ്ടിരുന്നത്. നാട്ടിലെ വിവരങ്ങൾ അറിയാനും കൂടിയുള്ള ആകാംക്ഷ കാരണമാകണം അദ്ദേഹം നാടിനടുത്തേക്ക് പോന്നു. അവിടെ ഒരു അമ്പലത്തിൽ നടക്കുന്ന ഉത്സവത്തിനിടെ ശൂരനാട്ട് നടക്കുന്ന കാര്യങ്ങൾ അറിയാൻ ശ്രമിച്ചു. അവിടെനിന്നാണ് തങ്കപ്പക്കുറുപ്പ് തന്റെ വീട്ടിൽ പോലീസ് ആക്രമണം നടത്തിയതും അച്ഛനെ അറസ്റ്റ് ചെയ്തതുമായ വിവരം അറിഞ്ഞത്. തന്നെ പിടികിട്ടാത്തതിലുള്ള രോഷം പോലീസ് അച്ഛനോടും വീടിനോടും തീർക്കുകയാണെന്ന് അദ്ദേഹത്തിന് മനസ്സിലായി. വീട്ടിലെത്തിയ അദ്ദേഹം കണ്ടത് അവിടെ

ആകെ പൊലീസ് ആക്രമിച്ച് തകർത്തതാണ്. അച്ഛനെ നേരത്തെ കേട്ടതുപോലെ പൊലീസ് അറസ്റ്റ് ചെയ്തിരിക്കുന്നു. തന്റെ പേരിൽ നിരപരാധികൾ ആക്രമിക്കപ്പെടരുതെന്ന നിലപാട് കാരണമാകണം അദ്ദേഹം 1950 മാർച്ച് മാസത്തിൽ അടൂർ പൊലീസ് സ്റ്റേഷനിലെത്തി പിടി കൊടുത്തത്. മറ്റുള്ളവരെ നേരിട്ടത് പോലെ തന്നെ പൊലീസ് ക്രൂരമായാണ് നേരിട്ടത്. പിന്നീട് അദ്ദേഹം ശിക്ഷിക്കപ്പെടുകയും ആറ് വർഷക്കാലം തടവനുഭവിച്ചതിന് ശേഷം ജയിൽ മോചിതനായി.

ശൂരനാട്ട് കമ്മ്യൂണിസ്റ്റ് പാർട്ടി രൂപീകരിച്ചപ്പോൾ ആദ്യ കാലത്ത് തന്നെ അതിൽ അംഗമായിരുന്ന ആളാണ് അയണിവിള കുഞ്ഞുപിള്ള. ആ നാട്ടിലെ ആദ്യകാല കമ്മ്യൂണിസ്റ്റുകാരായിരുന്നു അദ്ദേഹത്തിന്റെ സുഹൃത്തുക്കൾ. ശൂരനാട് സംഭവത്തിന് ശേഷം പാർട്ടി പ്രവർത്തകർ പല ഭാഗങ്ങളിലേക്കായി പിൻവാങ്ങിയപ്പോൾ കുഞ്ഞുപിള്ള ചവറ യിലേക്കാണ് പോയത്. അവിടെ ഒരു ബന്ധുവിട്ടീൽ നിന്നു.എന്നാൽ നാട്ടിലെ വിവരങ്ങൾ അറിയാനുള്ള വ്യഗ്രതമൂലം തിരിച്ച് ശൂരനാട്ടേക്ക് വന്നു. അവിടെ വന്നപ്പോഴാണ് വീട് ആക്രമിക്കപ്പെട്ടതായും വീട്ടുകാർ അവിടെയില്ലെന്നും മനസ്സിലായത്. കൂടെയുണ്ടായിരുന്ന ആരെയും കണ്ടെത്താൻ കഴിഞ്ഞില്ല. അവിടെ നിൽക്കുന്നത് അപകടമാണെന്ന് മനസ്സിലായതിനെ തുടർന്ന് നാട് വിട്ടു. ഈ സമയം അയണിവിള കുഞ്ഞുപിള്ളയുടെ തലയ്ക്ക് പൊലീസ് 3000 രൂപയായിരുന്നു വിലയിട്ടത്. പൊലീസിനെ വെട്ടിച്ച് ജീവിക്കാനുള്ള ശ്രമമായി പിന്നീട്. പിന്നെ പല സ്ഥലങ്ങളിൽ അലഞ്ഞു. തിരുവനന്തപുരത്തും പാരിപള്ളിയിലുമെല്ലാം ബീഡി തെറുപ്പുകാരനായി ജോലി ചെയ്തു. കുളത്തുപുഴയിൽ ഒരു തടി മില്ലിൽ ജോലി ചെയ്തു. അവിടെവെച്ചാണ് കുഞ്ഞുപിള്ള പൊലീസ് പിടിയിലാകുന്നത്. പറവൂർ സ്റ്റേഷനിലാണ് ആദ്യം എത്തിച്ചത്. അന്നത്തെ പതിവു രീതിയിൽ ക്രൂരമായ മർദ്ദനത്തിന് അദ്ദേഹത്തെ വിധേയനാക്കി. തോപ്പിൽ ഭാസിയെ പിടികിട്ടാത്തതിലുള്ള രോഷം കൂടി പൊലീസുകാർ കുഞ്ഞുപിള്ളയിൽ തീർത്തു. പിന്നീട് കസബ പൊലീസ് സ്റ്റേഷനിലെത്തിച്ചപ്പോഴും ഭീകര മർദ്ദനമായിരുന്നു. അവിടെവെച്ച് അദ്ദേഹം ടൈഫോയ്ഡ് ബാധിതനാകുന്നു. ആശുപത്രിയിലേക്ക് കുഞ്ഞു പിള്ളയെ മാറ്റി. മരിച്ചെന്ന് കരുതി അദ്ദേഹത്തെ മറ്റൊരിടത്തേക്ക് മാറ്റി. അതേ ദിവസം തന്നെ ചവറയിൽ പടക്കം പൊട്ടി നിരവധി പേർ മരിച്ചിരുന്നു. ആ മൃതദേഹങ്ങളുടെ കൂടെയായിരുന്നു മരിച്ചെന്ന് കരുതി കുഞ്ഞുപിള്ളയെയും കിടത്തിയത്. പിന്നീട് മണിക്കൂറുകൾക്ക് ശേഷമാണ് അദ്ദേഹത്തിൽ ജീവൻ ഉണ്ടെന്ന് ഡോക്ടർമാർ തിരിച്ചറി ഞ്ഞതും വീണ്ടും ചികിൽസയ്ക്ക് വിധേയനാക്കിയതും. പിന്നീട് കോടതി

കുഞ്ഞുപിള്ളയെ ശിക്ഷിക്കുകയും ചെയ്തു. നിരവധി വർഷത്തെ ജയിൽ ജീവിതത്തിന് ശേഷം 1957 ലാണ് അദ്ദേഹം പുറത്തിറങ്ങിയത്.

കേസിലെ മറ്റൊരു പ്രതിയായ അമ്പിയിൽ ജനാർദ്ദനൻ നായരുടെ വീട്ടിലാണ് ശൂരനാട്ട് ആദ്യമായി എത്തിയപ്പോൾ തോപ്പിൽ ഭാസി താമസിച്ചത്. ജനാധിപത്യ യുവജന സംഘത്തിന്റെ പ്രവർത്തനത്തിന്റെ ഭാഗമായിട്ടായിരുന്നു തോപ്പിൽ ഭാസി അന്ന് ശൂരനാട്ടെത്തിയത്. അവിടുത്തെ ചില പ്രവർത്തകരുമായുള്ള അടുപ്പം കാരണമായിരിക്കണം അമ്പിയിൽ ജനാർദ്ദനൻ നായരുടെ വീട് താമസിക്കാൻ തെരഞ്ഞെടുത്തത്. അങ്ങനെ അമ്പിയിൽ ജനാർദ്ദനൻ പിന്നീട് കമ്മ്യൂണിസ്റ്റ് പാർട്ടിയുടെ പ്രവർത്തകനായി. സുഹൃത്തും സഖാവുമായിരുന്ന പുന്തിലോത്ത് വാസുദേവൻപിള്ളയുമൊത്താണ് ശൂരനാട് സംഭവത്തിന് ശേഷം അദ്ദേഹം രക്ഷപ്പെടാൻ ശ്രമിച്ചത്. രണ്ട് ദിവസം ഒളിച്ചും പാത്തും ജീവിച്ചെങ്കിലും മൂന്നാം നാൾ ജനാർദ്ദനൻനായർ പിടിയിലായി. അതിനിടെയിൽ വാസുദേവൻ പിള്ളയെ കാണാതായിരുന്നു. അടൂർ ലോക്കപ്പിൽ മറ്റെല്ലാ പ്രതികളെയുമെന്ന പോലെ ജനാർദ്ദനൻ നായരെയും ക്രൂരമായ മർദ്ദനത്തിനും ചോദ്യം ചെയ്യലിനും വിധേയനാക്കി. ശൂരനാട് സംഭവത്തിൽ തനിക്ക് പങ്കില്ലെന്ന് നിലപാടാണ് അദ്ദേഹം സ്വീകരിച്ചത്. കേസിൽ അമ്പിയിൽ ജനാർദ്ദനൻ നായർ ആദ്യം അഞ്ചാം പ്രതിയും പിന്നെ രണ്ടാം പ്രതിയുമായി. 85 വർഷമായിരുന്നു അദ്ദേഹത്തിന് കോടതി വിധിച്ച ശിക്ഷ. എന്നാൽ 1957 ലെ കമ്മ്യൂണിസ്റ്റ് സർക്കാർ അധികാരത്തിൽ വന്നതോടെ അദ്ദേഹം ജയിൽ മോചിതനാകുകയും ചെയ്തു.

പേരൂർ മാധവൻ പിള്ളയുടെ കഥ

ശൂരനാടിലെ കർഷകതൊഴിലാളി ചെറുത്തുനിൽപ്പിനെ സംബന്ധിച്ച് വളരെ പ്രധാനപ്പെട്ട ഒരു വ്യക്തിയായിരുന്നു പേരൂർ മാധവൻ പിള്ള. അദ്ദേഹം നടത്തിയ സംഭാവനകൾ ശൂരനാട് സംഭവത്തെക്കുറിച്ച് പരമാർശിക്കുന്ന പുസ്തകങ്ങളിലും ഓർമ്മക്കുറിപ്പുകളിലുമെല്ലാം പരാമർശിക്കപ്പെടുന്നുമുണ്ട്. ‘നാട്ടിൽ വല്ലവഴക്കുമുണ്ടായാൽ മാധവൻ പിള്ള ഓടിയെത്തും. ഇരുകൂട്ടരോടും മര്യാദയ്ക്ക് പിന്മാറാൻ ആവശ്യപ്പെടും. കേൾക്കാൻ മടിയുള്ളവന് ഒരു പിടപ്പ് കൊടുക്കും. അങ്ങനെ കേസുകൾ ഉടൻ തീരുമാനമാകും’ ഇങ്ങനെയാണ് പുതുശ്ശേരി രാമചന്ദ്രൻ പേരൂർ മാധവൻ പിള്ളയെക്കുറിച്ച് പറയുന്നത്. 1946 ലെ സർ സിപിയുടെ നിരോധന നിയമം ലംഘിക്കാൻ സ്റ്റേറ്റ് കോൺഗ്രസ് തീരുമാനിച്ചപ്പോഴാണ് മാധവൻ പിള്ള രാഷ്ട്രീയത്തിൽ പ്രവേശിക്കുന്നത്. അവസാന നിമിഷം സ്റ്റേറ്റ് കോൺഗ്രസ് പരിപാടി മാറ്റിയപ്പോൾ നിയമ ലംഘനവുമായി മുന്നോട്ടുപോകാൻ അവിടെയുള്ള പ്രവർത്തകർ തീരുമാനിച്ചു. ആദ്യം കേശവൻ പോറ്റി നിയമംലംഘിക്കുന്നതായി പ്രഖ്യാപിച്ചു. അദ്ദേഹത്തെ പൊലീസ് അറസ്റ്റ് ചെയ്തു. ആ ഘട്ടത്തിലാണ് പേരൂർ രംഗത്തുവന്ന് താനും നിയമം ലംഘിക്കുന്നതായി പ്രഖ്യാപിച്ചത്. അങ്ങനെ അദ്ദേഹം അറസ്റ്റ് ചെയ്യപ്പെടുകയും ചെയ്തു. പുറത്തുവന്ന അദ്ദേഹം രാഷ്ട്രീയത്തിൽ സജീവമായെന്ന് പുതുശ്ശേരി രാമചന്ദ്രൻ എഴുതുന്നു. ഇതേ സംഭവത്തെ മറ്റൊരു രീതിയിലാണ് പുതുപ്പള്ളി രാഘവൻ വിശദീകരിക്കുന്നത്. സിപി രാമസ്വാമി അയ്യർ സ്വതന്ത്ര്യ തിരുവിതാംകൂർ പ്രഖ്യാപിച്ചതിനോട് സ്വീകരിക്കേണ്ട സമീപനത്തെക്കുറിച്ച് സ്റ്റേറ്റ് കോൺഗ്രസിൽ തർക്കമുണ്ടായ കാലം. അന്ന് കോൺഗ്രസ് ഒരു പ്രതിഷേധ യോഗം വള്ളിക്കുന്നത്ത് നടത്താൻ തീരുമാനിക്കുന്നു. തോപ്പിൽ ഭാസിയുൾപ്പെടെയുള്ളവരായിരുന്നു പ്രസംഗിക്കേണ്ടത്.

എന്നാൽ സമ്മേളനം ആരംഭിക്കുന്നതിന് മുമ്പ് നിരോധനാജ്ഞ പ്രഖ്യാപിച്ചു. അത് വെല്ലുവിളിച്ച് പരിപാടിയുമായി മുന്നോട്ടുപോകാൻ കോൺഗ്രസ് നേതാക്കൾ തയ്യാറായില്ല.എന്നാൽ പിറ്റേ ദിവസം തന്നെ മറ്റൊരു പ്രതിഷേധ യോഗം ചേരാൻ ഒരു വിഭാഗം തീരുമാനിച്ചു. അന്നത്തെ പ്രതിഷേധ യോഗത്തിൽ സംസാരിക്കാൻ അനുമതി വാങ്ങിച്ച ആളായിരുന്നു പേരൂർ. അതൊരു മഹത്തായ മാറ്റത്തിന്റെ തുടക്കമായിട്ടാണ് പുതുപ്പള്ളി രാഘവൻ വിലയിരുത്തുന്നത്. അദ്ദേഹത്തെ നിയമം ലംഘിച്ചതിന് ജയിലിട്ടു. ജയിലിൽനിന്നിറങ്ങിയ പേരൂർ മറ്റൊരാളായി എന്ന് പുതുപ്പള്ളി എഴുതുന്നു. അദ്ദേഹത്തിന്റെ വീട്ടിൽ താനും ശങ്കരനാരായണൻ തമ്പിയും ഒളിവിൽ കഴിഞ്ഞതിന്റെ കഥകളും അദ്ദേഹം ഓർക്കുന്നു.

കോൺഗ്രസിലെ നിയമലംഘന പ്രസ്ഥാനത്തിലൂടെ പൊതുപ്രവർത്തനത്തിലേക്ക് കടന്നുവന്ന മാധവൻ പിള്ളയെ തോപ്പിൽ ഭാസി തന്റെ ഒളിവിലെ ഓർമ്മകളിൽ വിശേഷിപ്പിക്കുന്നത് പരമപോക്രിയായി നടന്ന മനുഷ്യൻ എന്നാണ്. ആരെയും കൂസാത്ത, പൊലീസിനെയും ഭരണസംവിധാനങ്ങളെയും പരിഗണിക്കാത്ത സ്വഭാവമായായിരുന്നു അദ്ദേഹത്തിന്റേത്. ഒളിവിലും തെളിവിലും അദ്ദേഹം നടത്തിയ അത്തരം പ്രവർത്തികൾ തോപ്പിൽ ഭാസി വിവരിക്കുന്നുമുണ്ട്

പേരൂർ കുടുബത്തിൽ ജനിച്ച അദ്ദേഹത്തിന് ചെറുപ്പത്തിലെ അച്ഛൻ നഷ്ടപ്പെട്ടു. പിന്നീട് അമ്മാവന്മാരുടെ സംരക്ഷണത്തിലായിരുന്നു ജീവിതം. മാടമ്പിമാരുടെ സ്വഭാവമുണ്ടായിരുന്ന അവരുടെ രീതികൾ മാധവൻ പിള്ളയ്ക്ക് ഇഷ്ടമായിരുന്നില്ല. അന്നത്തെ സാമൂഹ്യ ആചാരങ്ങൾ, പ്രത്യേകിച്ചും തൊട്ടുകൂടായ്മയും മറ്റും അദ്ദേഹം പരിഗണിച്ചില്ല. കീഴ്ജാതിക്കാരോടൊപ്പം നടന്നു അമ്മാവൻമാരുടെ ശത്രുതയ്ക്ക് കാരണക്കാരനായി. അടിയാളന് മണ്ണിൽ കുമ്പിൾ കുത്തി പാളയിൽ കഞ്ഞി കൊടുക്കുകയായിരുന്നു അന്ന് ജന്മിമാരും നായന്മാരും ചെയ്തിരുന്നത്. ഇതിനെ ചോദ്യം ചെയ്താണ് മാധവൻ പിള്ള വീട്ടിൽ നിന്ന് പുറത്താകുന്നത്. തറവാട്ടിന്റെ തിണ്ണയിൽ കയറ്റി അടിയാളർക്ക് ഭക്ഷണം കൊടുക്കുമെന്ന് അദ്ദേഹം പ്രഖ്യാപിച്ചു. അതോടെയാണ് അദ്ദേഹം വീട്ടിൽനിന്ന് പുറത്തായതെന്ന് നേരത്തെ സൂചിപ്പിച്ച ശൂരനാട് ചുവന്നപ്പോൾ എന്ന പുസ്തകത്തിൽ പി എസ് സുരേഷ് വിശദീകരിക്കുന്നുണ്ട്. അദ്ദേഹം പല ഘട്ടത്തിലും കർഷക തൊഴിലാളികൾക്കെതിരായ ചൂഷണത്തെയും വിവേചനത്തെയും നേരിട്ടു. കർഷകത്തൊഴിലാളികൾ അദ്ദേഹത്തിന്റെ പിന്നിൽ അടിയുറച്ചുനിന്നു. വള്ളിക്കുന്നത്ത് അക്കാലത്ത് കമ്മ്യൂണിസ്റ്റ് പാർട്ടിയുടെ പ്രവർത്തനം തുടങ്ങിയിരുന്നുവെങ്കിലും

മാധവൻ പിള്ളയ്ക്ക് അതുമായി ബന്ധമൊന്നും ഉണ്ടായിരുന്നില്ല. എന്നാൽ ജന്മിമാർ അദ്ദേഹത്തെ കമ്മ്യൂണിസ്റ്റാക്കി അവതരിപ്പിച്ചു. അനീതികളെ ചോദ്യം ചെയ്യുന്നവരെ കമ്മ്യൂണിസ്റ്റായി ചിത്രീകരിക്കുന്ന പതിവ് അവിടുത്തെ ജന്മിത്വത്തിന് ഉണ്ടായിരുന്നു. എന്നാൽ ധീരനായ മാധവൻ പിള്ളയ്ക്ക് അതൊന്നും ഒരു വിഷയമായിരുന്നില്ല. അദ്ദേഹം പൊലീസിനെ വെല്ലുവിളിച്ച ഒരു സംഭവം തോപ്പിൽ ഭാസി പറയുന്നുണ്ട്.

പനത്താഴ രാഘവൻ എന്നയാളെ പൊലീസുകാർ അറസ്റ്റ് ചെയ്യാൻ വന്നപ്പോഴായിരുന്നു അത്. പൊലീസുകാരുടെ പിടിയിൽ പെട്ടാൽ എന്ത് സംഭവിക്കുമെന്ന പറയാൻ കഴിയാത്ത കാലമാണ്. അപ്പോൾ അദ്ദേഹത്തോടൊപ്പം മാധവൻ പിള്ളയും ഉണ്ടായിരുന്നു. അറസ്റ്റ് ചെയ്യാൻ വാറണ്ട് ഉണ്ടെന്ന് പറഞ്ഞ

പോലീസുകാരോട് രാഘവൻ പൊലീസ് സ്റ്റേഷനിൽ എത്തിക്കോളും എന്നായിരുന്നു മാധവൻ പിള്ളയുടെ മറുപടി. മാധവൻപിള്ളയുടെ പിന്നാലെ പോയി അദ്ദേഹത്തിന്റെ സുഹൃത്തിനെ അറസ്റ്റ് ചെയ്യാനുള്ള ശേഷി ആ രണ്ട് പോലീസുകാർക്കുണ്ടായിരുന്നില്ല. പിന്നീട് അദ്ദേഹത്തെയും പ്രതിയാക്കി പൊലീസ് കേസ്സെടുത്തു. മാധവൻ പിള്ള ഒളിവിൽ പോയി. ഈ ഘട്ടത്തിലാണ് അദ്ദേഹം ശങ്കരനാരായണൻ തമ്പിയുമായും പുതുപ്പള്ളി രാഘവനുമായി ബന്ധപ്പെടുന്നതും കമ്മ്യൂണിസ്റ്റ് പാർട്ടിയുടെ പ്രവർത്തകനായി മാറുന്നതും. ശൂരനാട് സംഭവം നടക്കുമ്പോൾ പേരൂർ മാധവൻ പിള്ള അവിടെ ഉണ്ടായിരുന്നില്ല. പക്ഷെ അദ്ദേഹത്തെ പോലൊരു ആൾക്കല്ലാതെ അത്രയും വലിയൊരു ആക്രമണം നടത്താനും പോലീസുകാരെ കൊലപ്പെടുത്താനും കഴിയില്ലെന്ന് നിഗമനത്തിലായിരുന്നു അധികൃതർ. അങ്ങനെ പേരൂർ മാധവൻ പിള്ള കേസിൽ പ്രതിയായി. അദ്ദേഹത്തിന്റെ തലയ്ക്ക് ആയിരം രൂപ വിലയുമിട്ടു. തോപ്പിൽ ഭാസിയും മാധവൻ പിള്ളയും ഒരുമിച്ചായിരുന്നു ഒളിവിൽ കഴിഞ്ഞിരുന്നത്. പല സ്ഥലങ്ങളിൽവെച്ചും ആദ്യകാലത്തുതന്നെ ഇവരെ പിടികൂടാൻ പൊലീസ് ശ്രമിക്കുകയും മാധവൻ പിള്ളയുടെയും തോപ്പിൽ ഭാസിയുടെയും മനസാന്നിധ്യം കൊണ്ട് രക്ഷപ്പെട്ടതിന്റെ കഥകൾ ശൂരനാട് സംഭവവുമായി ബന്ധപ്പെട്ട് നിരവധിയുണ്ട്. ശൂരനാട് സംഭവത്തിന് ശേഷം വള്ളിക്കുന്നത്ത് ആക്രമം അഴിച്ചുവിട്ട് ജന്മിയേയും പൊലീസിനെയും ആക്രമിക്കാനുള്ള പദ്ധതി പരാജയപ്പെട്ടതും, അതിനെ തുടർന്ന് തോപ്പിൽ ഭാസിക്ക് പാർട്ടിയിൽ നിന്ന് നടപടി നേരിടേണ്ടിവന്നതും എല്ലാം ചരിത്രത്തിന്റെ ഭാഗം.

എന്തായാലും ഒളിവിലെ പ്രവർത്തനങ്ങൾക്കിടയിൽ അഞ്ച് മാസം കഴിഞ്ഞാണ് മാധവൻ പിള്ള അറസ്റ്റ് ചെയ്യപ്പെടുന്നത്. അദ്ദേഹത്തെ

പുതുപ്പള്ളി രാഘവനോടൊപ്പമാണ് അറസ്റ്റ് ചെയ്തത്. പൊലീസുകാർ ആഘോഷമാക്കിയ അറസ്റ്റായിരുന്നു അത്.

പുതുപ്പള്ളി രാഘവനും മാധവൻ പിള്ളയും ഒളിവിൽ താമസിച്ച വീട്ടിൽ വെച്ചാണ് അവർ അറസ്റ്റ് ചെയ്യപ്പെട്ടത്. മാധവൻപിള്ളയ്ക്ക് നേരത്തെ തന്നെ പരിചയമുള്ള വീടായിരുന്നു അത്. വീട്ടുകാരൻ തന്നെ അവരെ ഒറ്റിക്കൊടുക്കുകയായിരുന്നു. 1950 സെപ്റ്റംബർ മൂന്നാം തീയതിയായിരുന്നു അവരെ പൊലീസ് ഒളിവിൽ താമസിച്ച വീട്ടിൽ വെച്ച് അറസ്റ്റ് ചെയ്തത്. വീട് വളഞ്ഞ് അറസ്റ്റ് ചെയ്യുകയായിരുന്നു. അവർ താമസിച്ചിരുന്ന മുറിയിലേക്ക് തോക്കു ചൂണ്ടിയ ഇൻസ്പെകടറെ മാധവൻപിള്ള ആക്രമിച്ചതായി പുതുപ്പള്ളി രാഘവൻ തന്റെ ആത്മകഥയിൽ ഓർത്തെടുക്കുന്നു. 'സ. മാധവൻ പിള്ളയുടെ ആദ്യത്തെ അടി ഇൻസ്പെക്ടർ വേലുക്കുട്ടി നായരുടെ കൈയുടെ മണിക്കൊട്ടയ്ക്ക് തന്നെ കൊണ്ടു. റിവോൾവർ പിടിവിട്ടു താഴെ വീണു. ഞാനും ഒരു പൊലീസുകാരനും താഴെകിടക്കുന്ന റിവോൾവറിന് പിടിച്ചു. പൊലീസുകാരന് കിട്ടി. എനിക്ക് കിട്ടാത്തത് ഭാഗ്യമെന്ന് ഇന്ന് ഞാൻ ഓർക്കുന്നു. ആ റിവോൾവർ എനിക്ക് കിട്ടിയിരുന്നുവെങ്കിൽ അതിൽനിന്നുള്ള ഓരോ വെടിക്കും ഓരോ പാവപ്പെട്ട പൊലീസുകാരൻ നിലത്തുവീണ് പിടയ്ക്കുകമായിരുന്നു. ഒരു വെടിയുണ്ട പോലും പാഴാക്കാതെ ലക്ഷ്യത്തിലെത്തിക്കാൻ അന്നെനിക്ക് കഴിയുമായിരുന്നു' പൊലീസുകാരെ കമ്പളിപ്പിച്ച് പുറത്തേക്ക് ചാടിയ മാധവൻ പിള്ള മേൽക്കുര താഴ്ന്ന ആ പുരയുടെ കഴുക്കോലിൽ തലയടിച്ച് മുറ്റത്തു വീണുപോയി. ഓടിയെത്തിയ പൊലീസുകാർ അദ്ദേഹത്തെ തല്ലി ബോധ രഹിതനാക്കി. തന്നെ പിടിക്കാൻ എത്തിയ പൊലീസുകാരെ തല്ലി എല്ലൊടിച്ചതായി പുതുപ്പള്ളി പറയുന്നുണ്ട്. പക്ഷെ പൊലീസ് അദ്ദേഹത്തെയും കീഴടക്കി. ബോധം പോകുംവരെ തല്ലി. ബോധമറ്റ് കിടന്ന ഇരുവരെയും ആദ്യം ചങ്ങൻ കുളങ്ങര ക്ഷേത്രത്തിന് സമീപം കിടത്തി. അവിടെവെച്ച് പൊലീസുകാർ മുഖത്ത് സോഡ ഒഴിച്ചപ്പോഴാണ് ബോധം പൂർണമായി തിരികെ കിട്ടിയതെന്ന് പുതുപ്പള്ളി രാഘവൻ പറയുന്നു. പിന്നീട് ഒരു ലോറിയിൽ കയറ്റിയാണ് ഇവരെ കൊണ്ടുപോയത്. പുതുപ്പള്ളി രാഘവനെയും മാധവൻ പിള്ളയേയും പിടികൂടിയ വിവരം അറിയിച്ചുകൊണ്ടാണ് ഇവരെ പൊലീസ് കൊണ്ടുപോയത്. ഓച്ചിറയിൽ ക്ഷേത്ത്രിന് സമീപം ഇവരെ 'പ്രദർശനത്തിന് വെച്ചു' 'ഞങ്ങളെ ആൽത്തറയിൽ കയറ്റിനിർത്തി പ്രദർശിപ്പിക്കുന്ന നിമിഷം തന്നെ കിഴക്കും പടിഞ്ഞാറും നടകളിൽ തുരുതുരാ വെടിപൊട്ടാൻ തുടങ്ങി. അതല്ലാം നേർച്ച വെടികളയിരുന്നു. ഞങ്ങളെ നിരപായം പിടിക്കാൻ കഴിഞ്ഞാൽ രണ്ടുനടയിലും നൂറ്റൊന്നു വെടിവീതം

വെയ്ക്കാമെന്ന് നേർനിട്ടായിരുന്നു വന്നതെന്ന് പിന്നീട് പൊലീസുകാർ തന്നെ പറയുന്നത് കേട്ടിരുന്നു' എന്നാണ് ഇതേക്കുറിച്ച് പുതുപ്പള്ളി രാഘവൻ എഴുതുന്നത്.

ഇങ്ങനെ നാടുനീളെ പ്രദർശിപ്പിച്ചാണ് മാധവൻപിള്ളയേയും പുതുപള്ളി രാഘവനെയും പൊലീസ സ്റ്റേഷനിലെത്തിച്ചത്. ശൂരനാട് സംഭവവുമായി ബന്ധപ്പെട്ടുള്ള ഏറ്റവും പ്രധാനപ്പെട്ട അറസ്റ്റായാണ് പൊലീസ് അതിനെ കണ്ടത്. മാധവൻ പിള്ളയേയും പുതുപ്പള്ളി രാഘവനെയും അറസ്റ്റ് ചെയ്ത പൊലീസുകാരെ അഭിനന്ദിക്കാൻ ഐജി ചന്ദ്രശേഖരൻ നായരും ആഭ്യന്തര മന്ത്രി ടി എം വർഗീസും നേരിട്ട് പൊലിസ് സ്റ്റേഷനില്ലെത്തി. 27 കേസുകളാണ് മാധവൻ പിള്ളയ്ക്ക് നേരിടേണ്ടി വന്നത്. അതി ഭീകരമായ മർദ്ദനത്തിന് അദ്ദേഹം വിധേയനാകേണ്ടിവന്നു. പിന്നീട് കോടതി മാധവൻപിള്ളയെ ജീവപരന്ത്യം തടവിന് ശിക്ഷിച്ചു. 1957 ൽ 'കമ്മ്യൂണിസ്റ്റ് പാർട്ടി അധികാരത്തിൽ വന്നപ്പോൾ അദ്ദേഹത്തെ മോചിപ്പിച്ചു. കമ്മ്യൂണിസ്റ്റ് പാർട്ടികൾ അധികാരത്തിലെത്തിയപ്പോൾ അവ ദുഷിച്ചുവെന്നായിരുന്നു അദ്ദേഹത്തിന്റെ നിലപാട്. ഇരു പാർട്ടികളിൽനിന്നും അദ്ദേഹം പിന്നീടുള്ള കാലം അകന്നു കഴിഞ്ഞു.

'പിടികിട്ടാ പുള്ളികൾ'

ശൂരനാട് സംഭവവുമായി ബന്ധമില്ലാത്തവരാണ് പ്രതികളാക്കപ്പെട്ട പലരുമെന്ന് കണ്ടു. പൊലീസിനും അവിടുത്തെ ജന്മിമാർക്കും 'പ്രത്യേക താൽപര്യമുള്ള' ചിലർ പ്രതികളായപ്പോൾ മറ്റ് പ്രധാനപ്പെട്ട ചിലരെ ഒരു തരത്തിലും കേസുമായി ബന്ധപ്പെടുത്താൻ കഴിയാത്തതിനാൽ ഒഴിവാക്കേണ്ടി വന്നു. മധ്യ തിരുവിതാംകൂറിലെ കമ്മ്യൂണിസ്റ്റ് പ്രസ്ഥാനത്തിന്റെ വളർച്ചയ്ക്ക് നിർണായക വ്യക്തിത്വമായിരുന്ന പുതുപ്പള്ളി രാഘവനെ നിരവധി തവണ അറസ്റ്റ് ചെയ്തിരുന്നുവെങ്കിലും ശൂരനാട്ട് സംഭവമായി ബന്ധപ്പെട്ട കേസിൽ പ്രതിയാക്കിയില്ല. അതേസമയം ആ ദിവസങ്ങളിൽ അവിടെ ഇല്ലാതിരുന്ന എന്നാൽ കമ്മ്യൂണിസ്റ്റ് പാർട്ടിയുടെ പ്രമുഖനായിരുന്ന ആർ ശങ്കരനാരായണൻ തമ്പിയെ പ്രതിയാക്കുകയും ചെയ്തു. തോപ്പിൽ ഭാസിയും പ്രതിയായി.

പ്രതിയായെങ്കിലും തോപ്പിൽഭാസി പിന്നീടാണ് പിടിക്കപ്പെട്ടത്. അദ്ദേഹത്തിന്റെ കേസും വേറെയാണ് വിചാരണ ചെയ്തത്. കമ്മ്യൂണിസ്റ്റ് സർക്കാർ അധികാരത്തിൽവരുന്നതുവരെ ഒളിവിൽ ജീവിച്ച് പൊലീസിന് പിടികൊടുക്കാതിരുന്നവർ വേറെയും ഉണ്ടായിരുന്നു. പനത്താഴ രാഘവൻ ഏഴ് വർഷത്തോളം ഒളിവിൽ കഴിയുകയും പൊലീസിന് പിടികൂടാൻ കഴിയാതെ സാധിക്കാതെ പോവുകയും ചെയ്ത കമ്മ്യൂണിസ്റ്റ് പാർട്ടി പ്രവർത്തകനായിരുന്നു. വള്ളിക്കുന്നത്തെ ഇടത്തരം കുടുംബത്തിൽ ജനിച്ച പനത്തഴ രാഘവനെ കമ്മ്യൂണിസ്റ്റാക്കിയത് അവിടുത്തെ ജന്മികളും പൊലീസുമാണെന്ന് പറയാം. രണ്ടാം ലോകയുദ്ധ നടക്കുന്ന സമയത്ത് അദ്ദേഹം പട്ടാളത്തിൽ ചേർന്നു. പല രാജ്യങ്ങളിലുമുള്ള ജീവിതം അദ്ദേഹത്തിന്റെ കാഴ്ചപാടുകൾ രൂപപ്പെടുത്തി. നാട്ടിൽ നടക്കുന്ന അനീതികൾ അദ്ദേഹത്തെ അസ്വസ്ഥമാക്കി തുടങ്ങി. എന്നാൽ നാട്ടിൽ തിരിച്ചെത്തിയതിന് ശേഷവും അദ്ദേഹം കമ്മ്യൂണിസ്റ്റ് പാർട്ടിയുടെ ഭാഗമായില്ല. അന്ന് പാർട്ടിയുടെ

പ്രവർത്തനം ആരംഭിച്ചിരുന്നു. ഇക്കാലത്താണ് വള്ളിക്കുന്നത് യംങ് മെൻസ് അസോസിയേഷൻ എന്നൊരു സംഘടന രൂപം കൊണ്ടത്. വള്ളിക്കുന്ന് പഞ്ചായത്ത് പ്രസിഡന്റും കമ്മ്യൂണിസ്റ്റ് പാർട്ടിയുടെ ആദ്യകാല നേതാവുമായിരുന്ന കെ എൻ ഗോപാലനെ പോലു ള്ളവർ അതിന്റെ ഭാഗവുമായിരുന്നു. നാട്ടിൽ നടക്കുന്ന കാര്യങ്ങളോട് വിയോജിപ്പുള്ള നിരവധി യുവാക്കൾ ആ സംഘടനയുടെ ഭാഗമായി. അതുകൊണ്ട് തന്നെ നാട്ടുപ്രമാണിമാരായ ജന്മിമാർക്ക് അവരോട് അനിഷ്ടമുണ്ടായിരുന്നു. പനത്താഴയും ആ സംഘടനയുടെ ഭാഗമായി. പുതുപ്പള്ളി രാഘവൻ പനത്താഴ രാഘവനെ ഇങ്ങനെ ഓർക്കുന്നു. 'സ. പനത്താഴ രാഘവൻ എന്തിനും ഏതിനും തർക്കിക്കുന്ന ആളായിരുന്നു. ഒരു വല്ലാത്ത യുക്തിവാദിയും ആരെയും അങ്ങനെ വകവെച്ചു കൊടുക്കു ന്ന ആളുമല്ല... അല്ലാതെ അദ്ദേഹം അന്ന് വലിയ കമ്മ്യൂണിസ്റ്റൊന്നുമല്ല.

സ്വത്ത് തട്ടിപ്പുമായി ബന്ധപ്പെട്ടറിയപ്പെടുന്ന 'വല്യമ്മ സംഭവം' ഉണ്ടായത്- ഒരു വൃദ്ധയുടെ ഭൂമി സഹോദരൻ വഞ്ചനയിലൂടെ കൈവ ശപ്പെടുത്തുകയും അവരുടെ മകനെ കള്ളക്കേസിൽ കുടുക്കിയതുമായി രുന്നു സംഭവം- ആ വൃദ്ധയെ മർദ്ദിക്കുകയും ചെയ്തു. ഈ സംഭവത്തിൽ പരാതിയുമായി കാമ്പിശ്ശേരി കരുണാകരന്റെ നേതൃത്വത്തിൽ യംഗ് മെൻസ് അസോസിയേഷൻ പ്രവർത്തകർ ഇതിനെതിരെ മാവേലി ക്കര പൊലീസിൽ പരാതി നൽകി. പിന്നീട് അത് കോടതിയിലെത്തി. കേസ് പരിഗണിച്ചപ്പോൾ വൃദ്ധയ്ക്ക് അനുകൂലമായി സാക്ഷി പറയാൻ പനത്താഴ തയ്യാറായി. അതോടെ വൃദ്ധയ്ക്ക് ഭൂമി തിരിച്ചുനൽകാൻ സഹോദരൻ തയ്യാറായി. ജന്മിമാരെയും നാട്ടുപ്രമാണിമാരെയും പനത്താഴയ്ക്കെതിരെ തിരിച്ച സംഭവമായിരുന്നു ഇത്. ടി കെ മന്ത്രി സഭയിലെ ഒരംഗത്തിന് സ്വീകരണം നൽകാൻ കോൺഗ്രസുകാർ തീരുമാനിച്ചപ്പോൾ അതിനെതിരെ ജനാധിപത്യ യുവജന സംഘടന രംഗത്തുവന്നു. കോൺഗ്രസ് സർക്കാരുകളുടെ കൊള്ളരുതായ്മകൾ ചൂണ്ടിക്കാണിച്ചുകൊണ്ടുള്ള നോട്ടീസും അവർ പുറത്തിറക്കി. ഇതോടെ കോൺഗ്രസുകാരും അവരോടൊപ്പമുണ്ടായിരുന്ന ജന്മിമാരും നാട്ടുപ്രമാ ണിമാരും പൊലീസിനെ സ്വാധീനിച്ച് തങ്ങൾക്ക് എതിരെ നിൽക്കുന്ന പലർക്കുമെതിരെ കേസുകൊടുത്തു. അങ്ങനെ പനത്താഴ രാഘവനും കേസിൽ പ്രതിയായി. ഒളിവിൽ പോകേണ്ടി വന്നു. ശൂരനാട് സംഭവം നടക്കുമ്പോൾ പനത്താഴ രാഘവൻ അവിടെ ഉണ്ടായിരുന്നില്ല. രണ്ട് ദിവസം മുമ്പ് ചേർന്ന പാർട്ടിയുടെ യോഗം പനത്താഴയെയും മറ്റും വള്ളി ക്കുന്നത്തെ സ്ഥിതിഗതികൾ അന്വേഷിച്ച് റിപ്പോർട്ട് ചെയ്യാൻ ആവശ്യ പ്പെട്ടിരുന്നു. അതിന് പോയപ്പോഴാണ് ശൂരനാട് സംഭവം നടക്കുന്നത്.

അതോടെ പാർട്ടി നിരോധിക്കപ്പെടുകയും കമ്മ്യൂണിസ്റ്റുകാർക്കെതിരായ നടപടി ശ്ക്തമാകുകയും ചെയ്തു. പിന്നീട് അദ്ദേഹം പല സ്ഥലങ്ങളിലും ഒളിവിൽ കഴിഞ്ഞു. പിന്നീട് പാർട്ടിയുമായി ബന്ധപ്പെട്ട് പുനലൂർ കേന്ദ്രമായി പ്രവർത്തനം തുടങ്ങി. തോട്ടം മേഖല കേന്ദ്രീകരിച്ചായിരുന്നു അദ്ദേഹം പ്രവർത്തിച്ചത്. പിന്നീട് പാർട്ടിയുടെ നിർദ്ദേശം അനുസരിച്ച് അദ്ദേഹം പ്രവർത്തനം കായംകുളത്തും കരുനാഗപ്പള്ളിയിലുമാക്കി. ഒളിവിൽ കഴിയുമ്പോൾ തന്നെ പൊലീസിന്റെ കണ്ണുവെട്ടിച്ചായിരുന്നു പനത്താഴയുടെ വിവാഹം. പൊലീസിന്റെ പിടിയിൽനിന്ന് പലപ്പോഴും അദ്ദേഹത്തിന് ഒഴിഞ്ഞുമാറാൻ കഴിഞ്ഞു. ഒരിക്കൽ പോലും പിടിയിലായില്ല. നീണ്ട് ഒളിവ് ജീവിതത്തിന് ശേഷം, കമ്മ്യൂണിസ്റ്റ് പാർട്ടി അധികാരത്തിലെത്തിയപ്പോഴാണ് അദ്ദേഹത്തിനെതിരായ അറസ്റ്റ് വാറന്റ് പിൻവലിച്ചത്.

ശൂരനാട് സംഭവത്തിൽ പങ്കാളിയാകാതിരുന്നിട്ടും പ്രതിയാക്കപ്പെടുകയും കേസ് പിൻവലിക്കുന്നതുവരെ പൊലീസിന് പിടികൂടാൻ കഴിയാതെ പോകുകയും ചെയ്ത കമ്മ്യൂണിസ്റ്റ് പാർട്ടിയുടെ മറ്റൊരു പ്രവർത്തകനായിരുന്ന കോതേലിൽ വേലായുധൻ നായർ. എട്ടുവർഷമാണ് അദ്ദേഹം ഒളിവിൽ കഴിഞ്ഞ് പൊലീസിനെ കബളിപ്പിച്ചത്.

ശൂരനാട്ടെ വീട്ടിനാൽ സ്കൂളിൽനിന്ന് നാലാം ക്ലാസ് വിദ്യാഭ്യാസത്തിന് ശേഷം പഠിത്തം തുടരാൻ അദ്ദേഹത്തിന് സാമ്പത്തിക ബുദ്ധിമുട്ട് മൂലം കഴിഞ്ഞില്ല. പിന്നെ കൃഷിപ്പണിയായിരുന്നു. ആ നാട്ടിൽ കോൺഗ്രസിന്റെ പ്രവർത്തനം ആരംഭിച്ചപ്പോൾ കോതേലിൽ വേലായുധൻ നായരും അതിൽ ആകൃഷ്ടനായി. നടേവടക്കതിൽ പരമുനായർ,പായ്ക്കാലിൽ ഗോപാലപിള്ള, പായ്ക്കാലിൽ പരമേശ്വരൻ നായർ എന്നായിരുന്നു കോതേലിൽ വേലായുധൻ നായരുടെ സുഹൃത്തുക്കൾ. ഇവരുടെ പ്രവർത്തനങ്ങൾ നാട്ടുപ്രമാണിമാരിൽ അസ്വസ്ഥത സൃഷ്ടിച്ചു. ഈ യുവാക്കളെ നിയന്ത്രിക്കാൻ അവിടുത്തെ ജന്മിമാരും നാട്ടുപ്രമാണിമാരും കണ്ടെത്തിയ മാർഗം അവരുടെ വീട്ടുകാരെ ഈ യുവാക്കൾക്കെതിരെ തിരിച്ചുവിടുകയെന്നതായിരുന്നു . പക്ഷെ വീട്ടിൽനിന്ന് ഇറങ്ങിയെങ്കിലും അതൊന്നും ഈ യുവാക്കളുടെ സാമൂഹ്യ ഇടപെടലുകളെ തളർത്തിയില്ല. പുതുപ്പള്ളി രാഘവനും മറ്റുമായി ഇവർ ബന്ധപ്പെടുന്നു. അങ്ങനെ കമ്മ്യൂണിസ്റ്റ് പാർട്ടിയുടെ പ്രവർത്തനങ്ങളിൽ സജീവമാകുന്നു. ശൂരനാട് സംഭവം നടന്ന ദിവസം കോതേലിൽ വേലായുധനൻ നായർക്ക് എന്ത് സംഭവിച്ചുവെന്ന് ശൂരനാട് ചുവന്നപ്പോൾ എന്ന പുസ്തകത്തിൽ പി എസ് സുരേഷ് ഇങ്ങനെ വിശദീകരിക്കുന്നു. ‘ ശൂരനാട് സംഭവം നടന്ന ദിവസം കോതേലി കരുനാഗപ്പള്ളിയിലുള്ള ഭാര്യ വീട്ടിലായിരുന്നു. സന്ധ്യ

കഴിഞ്ഞാണ് അദ്ദേഹം ശൂരനാട്ട് എത്തിയത്. പായ്ക്കാൽവീട്ടിൽ ഭക്ഷണം കഴിക്കാൻ പോയ സംഘത്തിൽ അദ്ദേഹവും ഉണ്ടായിരുന്നു. പൊലീസ് വരുന്നത് കണ്ട് മാറി നിന്നു. സ്ത്രീകളുടെ കരച്ചിൽ കേട്ട് കോതേലിയും മറ്റ് സഖാക്കളും ഓടിയെത്തി. പൊലീസിനൊപ്പം ഒരു സംഘം ആളുകളും ആ ആക്രമി സംഘത്തിലുണ്ടായിരുന്നു. ജുബ്ബയും മുണ്ടും ധരിച്ച ഒരാളാണ് ആക്രമത്തിന് നേതൃത്വം നൽകിയത്. അയാൾ കോതേലിയുടെ അടുത്തെത്തി. 'നീ ആരാടാ' എന്ന് പറഞ്ഞ് കരണത്തടിച്ചു. ദേഷ്യം വന്ന കോതേലി അരയിൽ തിരുകിയ പിച്ചാത്തി കൊണ്ട് ഒരു കുത്തുകുത്തി. കുത്തേറ്റ് താഴെ വീണ ആൾ വെടിവെയ്ക്കാൻ ഉത്തരവിട്ടു. അപ്പോഴാണ് ആരോ അയാളെ വെട്ടിയത്.'

ശൂരനാട്ടെ സംഭവത്തെ തുടർന്ന് കോതേലിയും മറ്റും നൂറനാട്ടേക്കാണ് പോയത്. അദ്ദേഹത്തിന് പരിചയമുള്ള ഒരു വീട് അവിടെ ഉണ്ടായിരുന്നു. പിന്നീട് അവിടെ നിന്ന് കലഞ്ഞൂരിലേക്ക് പോയി. പിന്നെ അദ്ദേഹവും പരമേശ്വരൻ നായരും ആലപ്പുഴയ്ക്കും പിന്നീട് എറണാകുളത്തേക്കും പോയി. അവിടെ കുറച്ചു ദിവസം താമസിച്ചതിന് ശേഷം കോഴിക്കോട് വഴി കുടകിലേക്ക് തിരിച്ചു. 1956 വരെ അവർ അവിടെ തന്നെയായിരുന്നു. പാലക്കാട് കമ്മ്യൂണിസ്റ്റ് പാർട്ടിയുടെ കോൺഗ്രസ് നടക്കുന്ന വിവരം അറിഞ്ഞ് അവർ അവിടെ എത്തി. നാട്ടിലുള്ള പല സഹപ്രവർത്തകരെയും കണ്ടു. നാട്ടിലേക്ക് പോകാൻ ആഗ്രഹം പ്രകടിപ്പിച്ചെങ്കിലും പൊലീസ് സാന്നിധ്യം ഉള്ളതിനാൽ അത് വേണ്ടെന്നായിരുന്നു സുഹൃത്തുക്കളുടെ അഭിപ്രായം. എങ്കിലും അദ്ദേഹം ശൂരനാട്ടെത്തി വീട്ടുകാരെ കണ്ടു. പിന്നീട് പുനലൂരിൽ പോയി അവിടെയായി താമസം. 1957 ൽ ജയിൽമോചിതർക്ക് ശൂരനാട്ട് സ്വീകരണം നൽകുന്ന വിവരം അറിഞ്ഞ് കോതേലിൽ അവിടെ എത്തി. അപ്പോഴെയ്ക്കും പൊലീസിന്റെ സ്വഭാവവും ശൂരനാട്ടെ സാഹചര്യവും മാറിയിരുന്നു.

ശൂരനാട്ട് കേസിൽ പ്രതിയാക്കപ്പെടുകയും പൊലീസിന് ഒരിക്കലും പിടി കൊടുക്കാതിരിക്കുകയും ചെയ്ത മറ്റൊരാൾ പായ്ക്കാലിൽ പരമേശ്വരൻ നായരായിരുന്നു. കോതാലിയോടൊപ്പമായിരുന്നു ഇദ്ദേഹവും രക്ഷപ്പെട്ടത്. പാലക്കാട്ട് പാർട്ടി കോൺഗ്രസിൽ എത്തിയ പായ്ക്കാലിൽ പിന്നീട് പത്തനാപുരത്തേക്ക് പോയി. അവിടെ അദ്ദേഹത്തെ പാർട്ടി സുരക്ഷിതമായ സ്ഥലത്ത് പാർപ്പിച്ചു. അവിടെവെച്ച് അദ്ദേഹം കഷ്ടിച്ചാണ് പൊലീസ് കസ്റ്റഡിയിൽനിന്ന് രക്ഷപ്പെട്ടത്. പിന്നീട് പായ്ക്കാലിൽ പരമേശ്വരൻ നായർ തമിഴ്നാട് അതിർത്തിയിലേക്ക് കടക്കുകയും പലയിടങ്ങളിലുമായി ഒളിവിൽ കഴിയുകയും ചെയ്തു. കേസ് പിൻവലിക്കുന്നതുവരെ അദ്ദേഹവും ഒളിവിൽ തുടർന്നു.

നടേവടക്കതിലിൽ പരമുനായർ തെന്നലക്കാരുടെ അടിമപ്പണിക്കാരനായിരുന്നു. ആ പ്രദേശത്ത് അന്ന് നിലനിന്ന് ജന്മി മാടമ്പിത്തരത്തിന്റെ ദുരന്തങ്ങൾ ജീവിതത്തിൽ അനുഭവിക്കുകയും ആ അനുഭവം രാഷ്ട്രീയമായ തിരിച്ചറിവുണ്ടാക്കുകയും ചെയ്ത വ്യക്തിയാണ് പരമുനായർ എന്ന് പറയാം. തെന്നലയുടെ പണിക്കാരൻ എന്ന നിലയിൽ അദ്ദേഹം അനുഭവിച്ച ദുരതങ്ങൾ നേരത്തെ പറഞ്ഞിട്ടുണ്ട്. എത്രമാത്രം വിധേയരായിരുന്നു ജന്മിത്വത്തോട് ആ നാട്ടുകാർ ആദ്യ ഘട്ടത്തിൽ പുലർത്തിയത് എന്നതിന് ഷർട്ടിട്ട് പൂട്ടിയതിന് സ്വന്തം അച്ഛനിൽനിന്ന് മർദ്ദനം ഏൽക്കേണ്ടിവന്ന പരമുനായരുടെ കഥ ധാരാളമാണ്. മർദ്ദനത്തിന്റെയും ചൂഷണത്തിന്റെയും ഇടയിൽ ജീവിക്കുമ്പോഴും അത് തിരിച്ചറിയുക പോലും ചെയ്യാതെ വിധേയപ്പെട്ട ഒരു തലമുറയിൽനിന്ന് മനുഷ്യനായി ജീവിക്കാനുള്ള അവകാശബോധത്തിലേക്കുള്ള അവിടുത്തെ ജനതയുടെ തലമുറമാറ്റത്തെക്കൂടി പരമുനായർ പ്രതീകവൽക്കരിക്കുന്നുണ്ട്.

പരമുനായരെ കമ്മ്യൂണിസ്റ്റ് പാർട്ടിയുമായി ബന്ധപ്പെടുത്തുന്നത് പേരൂർ മാധവൻ പിള്ളയായിരുന്നു. പുതുപ്പള്ളി രാഘവനോടൊപ്പമാണ് അദ്ദേഹം പരമുനായരെ കണ്ടത്. ജനാധിപത്യ യുവജനസംഘത്തിൽ ആളുകളെ ചേർക്കുന്നതിന്റെ ഭാഗമായാണ് ഇവർ ആദ്യം പരമുനായരെ കാണുന്നത്. പിന്നീട് തോപ്പിൽ ഭാസി അവിടെ എത്തുകയും യുവജന സംഘത്തിന്റെ പ്രവർത്തകനായി പരമുനായർമാറുകയുമാണ് ഉണ്ടായത്. ശൂരനാട്ടിൽനിന്ന് മാത്രം നിരവധി പേരെ യുവജന സംഘത്തിൽ ചേർക്കുകയും ചെയ്തു. പിന്നീടാണ് ശൂരനാട്ട് കമ്മ്യൂണിസ്റ്റ് പാർട്ടിയുടെ സെൽ രൂപീകരിക്കപ്പെടുന്നത്. പരമുനായരായിരുന്നു ശൂരനാട്ടെ പാർട്ടിയുടെ സെൽ സെക്രട്ടറി. കായകുളം ജില്ലാകമ്മിറ്റിക്ക് കീഴിലെ പ്രധാനപ്പെട്ട ലോക്കൽ കമ്മിറ്റിയായിരുന്നു വള്ളിക്കുന്നം. അതിന് കീഴിലായിരുന്നു പുതുതായി രൂപം കൊണ്ട ശൂരനാട് സെല്ല്. അന്ന് കമ്മ്യൂണിസ്റ്റ് പാർട്ടിയുടെ കായകുളം ജില്ലാ സെക്രട്ടറിയായിരുന്നു ആർ ശങ്കരനാരായണൻ തമ്പി.

നടേവടക്കതിൽ പരമുനായർ സെക്രട്ടറിയായതിന് ശേഷമായിരുന്നു നേരത്തെ സൂചിപ്പിച്ച ശൂരനാട്ടെ ആദ്യത്തെ പ്രകടനം നടന്നത്. ജനാധിപത്യ യുവജന സംഘത്തിന്റെ പേരിലായിരുന്നു പ്രകടനം. ഇങ്ങനെയൊരു സംഘടന ശൂരനാട്ടിൽ ജനങ്ങൾക്ക വേണ്ടി പ്രവർത്തിക്കുന്നുണ്ട് എന്നറിയിക്കാൻ വേണ്ടിയായിരുന്നു പ്രകടനം എന്നാണ് ഇതേക്കുറിച്ച് പുതുപ്പള്ളി രാഘവൻ പറയുന്നത്. പരസ്യമായി പ്രഖ്യാപിച്ച് നടത്തിയ ജാഥയെയാണ് ജന്മിമാർ ഏർപ്പാടാക്കിയ സംഘം ആക്രമിച്ചത്. ജാഥയ്ക്കെതിരെ നടന്ന ആക്രമം വള്ളിക്കുന്നത്തെ കമ്മ്യൂണിസ്റ്റ് പാർട്ടിയുടെ

ഘടകം അറിയുകയും തോപ്പിൽ ഭാസിയുടെ നേതൃത്വത്തിൽ യോഗം ചേർന്ന് ഘോഷയാത്ര നടത്താൻ തീരുമാനിക്കുകയും ചെയ്തുവെന്നും പുതുപ്പള്ളി വിവരിക്കുന്നു. ആ ജാഥയ്ക്ക് നേതൃത്വം നൽകിയവരിൽ നടേവടക്കതിൽ പരമുനായരും ഉണ്ടായിരുന്നു. ജന്മിമാരെ ചൊടിപ്പിച്ച സംഭവമായിരുന്നു അത്. കമ്മ്യൂണിസ്റ്റുകാർക്കെതിരെ ഗൂഢാലോചനകൾ ചമയ്ക്കപ്പെട്ടു. ഇതിനെതിരെ ശക്തമായ ചെറുത്തുനിൽപ്പുകളും ആസൂത്രണം ചെയ്യപ്പെട്ടു. ഇതിൽ പ്രധാനം വള്ളിക്കുന്നത്തെ പൊലീസ് സ്റ്റേഷൻ ആക്രമണമായിരുന്നു. അത് നടന്നില്ല. പിന്നീടാണ് മുഖ്യമന്ത്രി ടി കെ നാരായണപ്പിള്ളയുടെ ഒരു പരിപാടി അലങ്കോലപ്പെടുത്താനും പദ്ധതിയിട്ടു. കടമ്പനാട സ്കൂളിന്റെ പരിപാടിയിൽ പങ്കെടുക്കാനായിരുന്നു മുഖ്യമന്ത്രി വരാനിരുന്നത്. എന്നാൽ മുഖ്യമന്ത്രിക്കെതിരെ പ്രചാരണം വ്യാപകമായി നടന്നതിനാൽ അദ്ദേഹം പരിപാടിയിൽ പങ്കെടുക്കാതെ വിട്ടുനിന്നു. പിന്നീടാണ് ശൂരനാട് സംഭവം ഉണ്ടാകുന്നത്. ശൂരനാട് സംഭവത്തിന് കാരണമായ കുളത്തിലെ മീൻപിടുത്തം യാദൃശ്ചികമായ സംഭവമായിരുന്നു. കുളം ലേലത്തിൽ കൊടുത്തതിനെതിരെ പ്രതിഷേധിക്കണമെന്ന് കർഷക തൊഴിലാളികളുടെ ആവശ്യത്തോട് പരമുനായർ ക്ഷമയോടെയായിരുന്നു പ്രതികരിച്ചതെന്നാണ് അദ്ദേഹത്തെക്കുറിച്ചുള്ള കുറിപ്പുകളിൽ കാണുന്നത്. എന്തു ചെയ്യണമെന്ന്ത് ആലോചിച്ച് ചെയ്യാമെന്നായിരുന്നു അദ്ദേഹത്തിന്റെ നിലപാട്. എന്നാൽ പിന്നീട് സംഭവിച്ചത് നേരത്തെ സൂചിപ്പിച്ചത് പോലെ ശൂരനാട്ടിന്റെ ചരിത്രം മാറ്റുകയായിരുന്നു.

സംഭവം നടക്കുകയും പൊലീസ് വേട്ട ആരംഭിക്കുകയും ചെയ്തതിന് ശേഷം നിരവധി സ്ഥലങ്ങളിൽ പരമുനായർക്ക് ഒളിവിൽ കഴിയേണ്ടി വന്നു. കല്ലുപ്പാറയിലും പുനലൂരും അദ്ദേഹം കഴിഞ്ഞു. പുനലൂരിൽ പാർട്ടിയുമായി ബന്ധപ്പെടാനുള്ള ശ്രമത്തിനിടയിലാണ് അദ്ദേഹം പൊലീസ് പിടിയിലാകുന്നത്. ആദ്യം കൊട്ടാരക്കര സ്റ്റേഷനിലായിരുന്നു അദ്ദേഹത്തെ കൊണ്ടുവന്നത്. അവിടെവെച്ച് ഭീകരമർദ്ദനമാണ് അദ്ദേഹത്തിന് നേരിടേണ്ടി വന്നത്. പിറ്റേ ദിവസം അദ്ദേഹത്തെ അടൂർ സ്റ്റേഷനിലേക്ക് കൊണ്ടുപോയി. അടൂരിൽ പൊലീസ സ്റ്റേഷനിലേക്ക് പോകുമ്പോൾ ഒരു പോലീസുകാരൻ പറഞ്ഞു കുറച്ചു സമയം റോഡരികിൽ ഇരിക്കാമെന്ന്... ഒരു ബീഡി ഇവന് വലിക്കാൻ കൊടുക്കാം. അതു കഴിഞ്ഞിട്ട് പോകാം. ബീഡി കത്തിച്ച് പോലീസുകാരൻ പരമുനായർക്കു നൽകി. എന്നിട്ട് ഇത് നിന്റെ ഒടുക്കത്തെ ബീഡി വലിയായിരിക്കുമെന്ന് പറഞ്ഞു. ഇതല്ലാതെ ഞങ്ങൾക്ക് മറ്റൊന്നും ചെയ്യാൻ കഴിയില്ലെന്ന് പറഞ്ഞ് ഒരു ബീഡി കൂടി കൊടുത്തു. അന്ന് രാത്രി തന്നെ പരമുനായരെ

തല്ലി കൊല്ലുമെന്ന് അവർക്ക് ഉറപ്പായിരുന്നു (ശൂരനാട് ചുവന്നപ്പോൾ പി എസ് സുരേഷ്). അട്ടൂർ ലോക്കപ്പിലെ മർദ്ദനത്തെ തുടർന്ന് അദ്ദേഹത്തിന് സംസാര ശേഷി പോലും നഷ്ടമായി. വൃക്ക തകരാർ അടക്കം നിരവധി രോഗങ്ങളും അദ്ദേഹത്തെ അലട്ടി. മാസങ്ങൾക്ക് ശേഷം പരമുനായരെ കൊല്ലം കസബ സ്റ്റേഷനിലേക്ക് മാറ്റി. വിചാരണയ്ക്ക് ശേഷം പരമുനായർക്ക് കോടതി വിധിച്ച ശിക്ഷ 65 വർഷമായിരുന്നു. എട്ടുവർഷത്തോളം ലോക്കപ്പിലും ജയിലിലുമായി അദ്ദേഹത്തിന് കഴിയേണ്ടി വന്നു.

ശൂരനാട്ടുമാത്രമായിരുന്നില്ല, അന്ന് പൊലീസ് തേർവാഴ്ച നടന്നത്. പരിസര പ്രദേശങ്ങളിലും പൊലീസ് അഴിഞ്ഞാടി. കമ്മ്യൂണിസ്റ്റ് പാർട്ടിയുമായി യാതൊരു ബന്ധവുമില്ലാത്തവരും പോലീസിന്റെ ആക്രമത്തിന് വിധേയരായി. അതിന്റെ ഏറ്റവും വലിയ ഉദാഹരണമാണ് തോപ്പിൽ ഭാസിയുടെ കുടുംബത്തിന് അനുഭവിക്കേണ്ടിവന്നത്. വള്ളികുന്നത്തെ പ്രശസ്ത കുടുംബത്തിൽപ്പെട്ടതായിരുന്നു തോപ്പിൽ ഭാസിയുടെത്. അദ്ദേഹത്തിന്റെ അച്ഛൻ പരമേശ്വരൻ പിള്ളയും നാണിക്കുട്ടിയമ്മയുടെയും വള്ളികുന്നത്തെ നാട്ടുകാർക്ക് ഏറെ പ്രിയപ്പെട്ടവരുമായിരുന്നു. എന്നാൽ അതൊന്നും പൊലീസിനെ സംബന്ധിച്ചോ അന്നത്തെ ഭരണാധികാരികളെ സംബന്ധിച്ചോ എന്തെങ്കിലും തരത്തിൽ സ്വാധീനിക്കുന്നതായിരുന്നില്ല. ശൂരനാട് സംഭവം നടന്ന ഉടനെ തന്നെ തോപ്പിൽ ഭാസി പൊലീസ് പിടിയിലാകാതിരിക്കാനുള്ള ശ്രമങ്ങൾ നടത്തി. ശൂരനാട്ട് ആ ദിവസം എന്താണ് സംഭവിച്ചതെന്ന് പോലും അദ്ദേഹത്തിന് വ്യക്തതയുണ്ടായിരുന്നില്ല. ശൂരനാട് സംഭവം നടന്ന സ്ഥലത്തുനിന്ന് തൊട്ടടുത്ത ആളൊഴിഞ്ഞ വീട്ടിലായിരുന്നു അദ്ദേഹം അന്ന് കഴിഞ്ഞത്. തൊട്ടടുത്ത ദിവസം രാത്രിയെ തോപ്പിൽ ഭാസി തന്റെ ആത്മകഥയിൽ ഇങ്ങനെ വിവരിക്കുന്നു. ‘ഞാൻ അടുത്ത വഴിയിൽ ഇറങ്ങി വടക്കോട്ടു നടന്നു. നൂറനാടാണ് എന്റെ ലക്ഷ്യം. എന്റെ കൈയിൽ ഒരു ലൈറ്റും പിച്ചാത്തിയും ഏതാനും പാർട്ടി രേഖകളും സിപിഎസ് യു (ബി) ചരിത്രവുമടങ്ങുന്ന പൊതിക്കെട്ടുമുണ്ട്. ഒരു കൈലിയും ഷർട്ടുമാണ് വേഷം. ചുരുക്കത്തിൽ പൊലീസുകാർ കണ്ടുമുട്ടിയാൽ ഉടൻ തന്നെ മരണപ്പെടാനുള്ള എല്ലാ വകുപ്പുകളുമുണ്ട്’ ആ നടത്തത്തിനിടയിൽ അദ്ദേഹം ഭാഗ്യം കൊണ്ട് മാത്രം പൊലീസിന്റെ പിടിയിൽനിന്ന് രക്ഷപ്പെടുന്നുണ്ട്. രാത്രിയിൽ സർപ്പക്കാവിൽ കഴിഞ്ഞ് പിറ്റേ ദിവസം മറ്റൊരു വീട്ടിൽ താമസിച്ച് അങ്ങനെ സാഹസികവും അപകടകരവുമായ ഒളിവു ജീവിതമാണ് പിന്നീട് ഭാസി ജീവിച്ചത്. എന്നാൽ തോപ്പിൽ ഭാസിയെ കിട്ടാതിരുന്ന പൊലീസ് വെറുതെ ഇരുന്നില്ല. അവർ അദ്ദേഹത്തിന്റെ വീട് ആക്രമിച്ചു.

‘ എന്റെ വീട്ടിലെ മുഴുവൻ ജംഗമ സാധനങ്ങളും കണ്ടു കെട്ടി. അച്ഛൻ നല്ലൊരു കൃഷിക്കാരനായതു കൊണ്ട് കാർഷികോൽപ്പന്നങ്ങൾ ധാരാളമുണ്ട്. പശുക്കളും കാളകളും കൂടി തന്നെ ഇരുപത്തഞ്ചിൽ അധികമുണ്ട്. ആ മിണ്ടാ പ്രാണികളെ മുഴുവൻ കെട്ടിവലിച്ചുകൊണ്ടുപോയി. നടപടികളെല്ലാം പൂർത്തിയായി അവയെ ലേലം ചെയ്തു വിൽക്കുന്നതുവരെ കമ്മ്യൂണിസ്റ്റ് അനുഭാവികൾപോലുമല്ലാത്ത ആ മൃഗങ്ങൾ കുടിക്കാൻ വെള്ളമോ ഒരു നുള്ളു കച്ചിയോ ഇല്ലാതെ പൊലീസ് സ്റ്റേഷൻ കോമ്പൗണ്ടിൽ കരഞ്ഞു’ എന്നാണ് തോപ്പിൽ ഭാസി പൊലീസുകാർ അന്ന് മൃഗങ്ങളോട് പോലും സ്വീകരിച്ച സമീപനത്തെക്കുറിച്ച് പറയുന്നത്. തന്റെ കണ്ണട ചോദിച്ചപ്പോൾ കണ്ണ് കുത്തിപ്പൊട്ടിക്കുമെന്ന മറുപടിയാണ് തൊപ്പിൽ ഭാസിയുടെ അച്ഛന് പൊലീസുകാർ നൽകിയത്. താനുമായി ബന്ധമുള്ള മുഴുവൻ പുരുഷന്മാരെയും അറസ്റ്റ് ചെയ്യുകയാണ് ഉണ്ടായതെന്നും തന്റെ ഒളിവിലെ ഓർമ്മകളിൽ തോപ്പിൽ ഭാസി ഓർത്തെടുക്കുന്നുണ്ട്. എന്നാൽ എത്രമാത്രം ജനവിരുദ്ധമായ ഒരു സംവിധാനമായിരുന്നു ജനായത്ത സർക്കാരിന് കീഴിലെ പൊലീസ് എന്നതിന് തെളിവായി തന്റെ അച്ഛനോടും അമ്മയോടും അവർ ചെയ്ത ക്രൂരത തോപ്പിൽ ഭാസി വിവരിക്കുന്നുണ്ട്. പൊലീസ് കസ്റ്റഡിയിൽനിന്ന് അദ്ദേഹത്തിന്റെ അച്ഛൻ ജാമ്യത്തിൽ പുറത്തിറങ്ങിയത് രോഗിയായിട്ടായിരുന്നു. അദ്ദേഹം മാവേലിക്കരയിൽ പരിചയമുള്ള ഒരു ഡോക്ടറുടെ ആശുപത്രയിലേക്ക് പോയി. വീടില്ലാതെ പോയ അവർക്ക് അതൊരു വീടായി മാറുകയായി എന്നാണ് തോപ്പിൽ ഭാസി അതേക്കുറിച്ച് പറയുന്നത്. ഇതറിഞ്ഞ പൊലീസ് അവരെ അവിടുന്ന് ഇറക്കിവിടാൻ ഡോക്ടറോട് നിർദ്ദേശിച്ചു. ഇക്കാര്യം മനസ്സിലാക്കിയ തോപ്പിൽ ഭാസിയുടെ അച്ഛനും അമ്മയും അവിടെ നിന്നിറങ്ങി. സഹായിക്കണമെന്നുണ്ടെങ്കിലും പൊലീസ് നടത്തിയേക്കാവുന്ന ഭീകരത ഭയന്ന് ആരും മുന്നോട്ടുവന്നില്ല. പിന്നീട് ഓച്ചിറയിൽ അവർക്ക് കുടിൽ കെട്ടികൊടുത്ത തൊഴിലാളികളെയും പൊലീസ് ക്രൂരമായി മർദ്ദിച്ചു. ഇങ്ങനെ അതിഭീകരമായ അനുഭവത്തിലൂടെയാണ് തോപ്പിൽ ഭാസിക്ക്ഒളിവിലും അദ്ദേഹത്തിന്റെ അച്ഛനും അമ്മയ്ക്കും മറ്റ് പലയിടത്തുമായി കഴിയേണ്ടി വന്നത്. അന്ന് പൊലീസിന്റെ മർദ്ദനം അരങ്ങേറിയത് വള്ളികുന്നത്തും ശൂരനാട്ടും മാത്രമായിരുന്നില്ല. അന്ന് നടന്ന പൊലീസ് രാജിനെ പുതുപ്പള്ളി രാഘവൻ ഓർക്കുന്നത് ഇങ്ങനെയാണ്.

‘ടികെ നാരായണപിള്ളയുടെ മുഖ്യനും ആഭ്യന്തരനുമായുള്ള ആ ഭരണകാലത്ത് മർദ്ദനവും തല്ലികൊല്ലലും ശൂരനാട്ടും വള്ളികുന്നത്തും മാത്രമായി ഒതുങ്ങിനിന്നിരുന്നില്ല. തിരു-കൊച്ചി സംസ്ഥാനത്താകെ

ഈ അവസ്ഥ നിലനിന്നിരുന്നു. അന്ന് പൊലീസ് ലോക്കപ്പുകളിലും ജയിലുകളിൽ പോലും മഞ്ഞപ്പിത്തവും പേപ്പട്ടിയും കടന്നുകയറി കമ്മ്യൂ ണിസ്റ്റുകാരെയും കമ്മ്യൂണിസ്റ്റ് അനുഭാവികളെയും തെരഞ്ഞുപിടിച്ച് ആക്രമിച്ചിരുന്നു.. അങ്ങനെ എത്ര എത്ര പേരാണ് ഈ ലോകത്തോട് വിടപറഞ്ഞത്.'

ഇത്തരത്തിൽ സമാനതകളില്ലാത്ത വെല്ലുവിളികൾ ആണ് അന്ന് കമ്മ്യൂണിസ്റ്റ് പാർട്ടിയുടെ പ്രവർത്തകർക്കും സംഘടനയുമായി ബന്ധ പ്പെട്ടവർക്കും നേരിടേണ്ടി വന്നത്. ശൂരനാട് സംഭവത്തെ തുടർന്ന് അഞ്ച് പേരാണ് രക്തസാക്ഷികളായത്. തണ്ടാശ്ശേരി രാഘവൻ, പായ്ക്കാലിൽ ഗോപാലപ്പിള്ള, മഠത്തിൽ ഭാസ്കരൻ നായർ. കാഞ്ഞിരപ്പള്ളി പുരു ഷോത്തമ കുറുപ്പ്. ഇതിന് പുറമെ പിന്നീടൊരിക്കലും തിരിച്ചുവരാത്താ രണ്ട് പേരുണ്ട്. ചാലിത്തറ കുഞ്ഞച്ചൻ, പായിക്കാലിൽ രാമൻനായർ. പൊലീസ് പിടിയിലായ ഇവർ മർദ്ദനത്തിൽ കൊല്ലപ്പെട്ടിട്ടുണ്ടാകാമെ ന്നാണ് സംശയിക്കുന്നത്.

പോലീസ് ഭീകരതയ്ക്കിടയിലെ കമ്മ്യൂണിസ്റ്റ് പാർട്ടി

ഇത്രയും ഭീകരമായി പാർട്ടി പ്രവർത്തകരും സഹയാത്രകരും ആക്രമിക്കപ്പെടുകയും കൊല്ലപ്പെടുകയും ചെയ്യുന്ന ഘട്ടത്തിലും അന്നത്തെ കമ്മ്യൂണിസ്റ്റ് പാർട്ടിയുടെ പ്രവർത്തനം എങ്ങനെയായിരുന്നുവെന്ന് അറിയേണ്ടത് വളരെ പ്രധാനപ്പെട്ടതാണ്. കാരണം അത്രയും ശക്തമായ അടിച്ചമർത്തലിനിടയിലും കമ്മ്യൂണിസ്റ്റ് പാർട്ടിക്ക് അതിജീവിക്കാനും ജനങ്ങളുടെ വിശ്വാസം നേടിയെടുക്കാനും സാധിച്ചതിൽ ഒരു കാരണം അന്ന് നടത്തിയ പ്രവർത്തനങ്ങൾ കൂടിയായിരിക്കും. ജീവൻ തന്നെ അപകടത്തിലാവുന്ന ഘട്ടത്തിലും പാർട്ടി സംവിധാനത്തിന് പൂർണ്ണമായി കീഴടങ്ങികൊണ്ടുള്ള പ്രവർത്തനമാണ് നേതാക്കളും നടത്തിയത്. അങ്ങനെയായിരിക്കുമ്പോഴും സംഘടന സംവിധാനം എത്രത്തോളം പാർട്ടി പ്രവർത്തകരുടെയും നേതാക്കളുടെയും ബുദ്ധിമുട്ടുകളെ, അവർ അഭിമുഖീകരിച്ചിരുന്ന, ജീവനെ പോലും അപകടത്തിലാക്കുന്ന സാഹചര്യങ്ങളെ പരിഗണിക്കാതെയാണ് പാർട്ടി അവരുടെ പ്രവർത്തനങ്ങളെ വിലയിരുത്തിയതെന്ന് അന്നത്തെ ചില സംഭവങ്ങൾ കണ്ടാൽ തോന്നിപ്പോകും. അതേസമയം അത്രയും കർശനമായ സംഘടന സംവിധാനമായിരിക്കാം കടുത്ത ഭരണകൂട വേട്ടയിൽനിന്ന് പുറത്തുകടക്കാൻ കമ്മ്യൂണിസ്റ്റ് പാർട്ടിയെ സഹായിച്ച ഘടകങ്ങളിൽ ഒന്നെന്നും പറയാം. തോപ്പിൽ ഭാസിക്ക് ശൂരനാട് സംഭവത്തിന് ശേഷം പാർട്ടിയിൽനിന്ന് നേരിടേണ്ടി വന്ന വിമർശനം അന്നത്തെ കമ്മ്യൂണിസ്റ്റ് പാർട്ടി സ്വീകരിച്ച അയവില്ലാത്ത സംഘടനാ രീതിയുടെ തെളിവായി ചൂണ്ടിക്കാണിക്കാവുന്നതാണ്. ഒളിവിൽ കഴിയുന്ന കാലത്ത് തോപ്പിൽ ഭാസിയുടെ തലക്ക് ആയിരം രൂപയായിരുന്നു അന്നത്തെ സർക്കാർ വിലയിട്ടത്. അദ്ദേഹത്തെ പിടികൂടാൻ സഹായിക്കുന്ന ആൾക്ക് ആയിരം രൂപ സമ്മാനം നൽകുമെന്നുള്ള പ്രഖ്യാപനങ്ങൾക്കിടയിലും ജനങ്ങൾ അദ്ദേഹത്തെയും

ക്കുടെയുള്ള സഖാക്കളെയും സംരക്ഷിച്ചു. പത്രങ്ങളിലെല്ലാം പിടിച്ചുനൽകു ന്നവർക്കുള്ള പ്രതിഫലത്തെക്കുറിച്ച് അറിയിപ്പുകൾ പ്രസിദ്ധീകരിച്ചിരുന്നു അദ്ദേഹത്തിന് മാത്രമല്ല, കുടുംബത്തിനും കടുത്ത ദുരിതങ്ങളിലൂടെ മുന്നോട്ടുപോകേണ്ടി വന്നു. എന്നാൽ ഇതൊന്നുമായിരുന്നില്ല കമ്മ്യൂണിസ്റ്റ് പാർട്ടിയുടെ പരിഗണന. പിന്നീട് നടന്ന ജില്ലാ കമ്മിറ്റിയോഗത്തെക്കുറിച്ച് തോപ്പിൽ ഭാസിയും പുതുപ്പള്ളി രാഘവനും എഴുതുന്നതിൽനിന്ന് ഇക്കാര്യമാണ് മനസ്സിലാകുന്നത്. പുതുപ്പള്ളി രാഘവൻ കമ്മ്യൂണിസ്റ്റ് പാർട്ടിയുടെ ജില്ലാ കമ്മിറ്റി യോഗത്തെക്കുറിച്ച് ഇങ്ങനെ എഴുതുന്നു. 'അന്നത്തെ ഡി സി മീറ്റിങിൽനിന്നും ഡി സി സെക്രട്ടറി സ. തമ്പിയുടെ ചൂടേറിയ വിമർശനമാണ് സഖാക്കൾ തോപ്പിക്കും മാധവൻപിള്ളയ്ക്കും ലഭിച്ചത്. ശൂരനാട് സംഭവകാലത്ത് രണ്ട് പേരും തടി രക്ഷിച്ച് കടന്നുകളഞ്ഞുവെന്നാണ് സ. തമ്പി അവരിൽ കുറ്റം ആരോപിച്ചത്. അവരിരുവരും വള്ളിക്കുന്നത്തേക്ക് പോകണമെന്നും നിർദ്ദേശിച്ചു. ആ തീരുമാനം ഇത്തിരി കഠിനമാണെന്ന് പറയാൻ അന്നെനിക്ക് കഴിഞ്ഞില്ല. ആ സംഭവകാലത്തെ ശൂരനാട്ടെയും വള്ളിക്കുന്നത്തെയും സ്ഥിതി എന്തായിരുന്നു എന്ന് നേരിട്ട് അൽപമെങ്കിലും അറിയാമായിരുന്ന ഡിസി മെമ്പർ ഞാൻ മാത്രമായിരുന്നു.' ഇങ്ങനെയാണ് പുതുപ്പള്ളി രാഘവൻ തന്റെ ജീവിത കഥയിൽ വിവരിക്കുന്നതെങ്കിലും തോപ്പിൽ ഭാസിക്ക് അനുഭവപ്പെട്ടത് പുതുപ്പള്ളിയുടെയും സമീപനം കടുപ്പമേറിയതായിരുന്നുവെന്നാണ്. തമ്പി സാറിന്റെയും പുതുപ്പള്ളിയുടെയും എന്നോടുള്ള സമീപനം വളരെ പരുഷമായിരുന്നു... ഞങ്ങൾ കൊന്നിട്ട് ചെന്നവരാണെന്ന് ഡിസിയും ധരിച്ചിട്ടുണ്ടെന്നാണ്...അന്നത്തെ പരിതസ്ഥിതിയിൽ അത്തരമൊരു സംഭവമുണ്ടായാൽ പോലും ഈ തരത്തിൽ രൂക്ഷമായ പെരുമാറ്റത്തിന് കാര്യമില്ല. പിന്നെന്താണെന്ന് വിഷമിച്ചിരിക്കുമ്പോഴാണ് വിമർശനം ഉണ്ടായത്. പത്തു ദിവസത്തേക്ക് ശൂരനാട് നിന്ന് ഒളിച്ചോടി തടിതപ്പിയതിന് -അതാണ് ഉപയോഗിച്ച വാക്ക്-ഡിസി എന്നെ കർശനമായി താക്കീത് ചെയ്തു. (താക്കീത് ശിക്ഷണ നടപടിയാണ്) ഞാൻ പറഞ്ഞു. ഞങ്ങൾക്ക് അവിടെ നിൽക്കുവാൻ കഴിയുമായിരുന്നില്ല. അവിടെ നിന്നിരുന്നുവെങ്കിൽ ഇതിനകം ഞങ്ങൾ മരിക്കുമായിരുന്നു. തമ്പി സാർ പരിസരം മറന്നു ഗർജ്ജിച്ചു. തണ്ടാശ്ശേരിയുടെ ജീവനെക്കാൾ വലുതല്ല, തന്റെ ജീവൻ. പിന്നെ ഞാനൊന്നും മിണ്ടിയില്ല. പക്ഷെ എനിക്കെന്തോ മനസ്സിലാകായ്ക ഉണ്ടായിരുന്നു. എനിക്ക് മനസ്സിലായത് ഒരേ ഒരു കാര്യം മാത്രമാണ്. ഈ വിമർശനത്തിന്റെയും ശിക്ഷണനടപടികളുടെയും ഞങ്ങളോട് വീണ്ടും ശൂരനാട്ട് പോകാൻ പറഞ്ഞതിന്റെയും പിന്നിൽ വഞ്ചനയും പുളുവും ഇല്ല. അതുകൊണ്ടാണ് അന്ന് തന്നെ ശൂരനാട്ടേക്ക് വീണ്ടും പോയതും. (തോപ്പിൽ ഭാസി- ഒളിവിലെ ഓർമ്മകൾ)

അക്കാലത്തെ കമ്മ്യൂണിസ്റ്റ് രാഷ്ട്രീയ പ്രവർത്തകരെ നയിച്ചിരുന്നത് എന്താണെന്ന് തോപ്പിൽ ഭാസിയും പുതുപ്പള്ളിയും വിവരിക്കുന്നുമുണ്ട്. രണ്ട് പേരും വിശദീകരിക്കുന്നത് ശങ്കരനാരായണൻ തമ്പിക്ക് മാത്രമെ അങ്ങനെ പറയാൻ കഴിയൂ, കാരണം അദ്ദേഹം ജീവതത്തിൽ നേരിട്ട വെല്ലുവിളികൾ തങ്ങൾ അനുഭവിച്ചതിനെക്കാൾ വലുതാണ് എന്നതാണ്. 'അദ്ദേഹത്തിന്റെ ഏറ്റവും ഇളയ അനുജൻ വേലായുധൻ തമ്പി കഠിനകഠിനമായ മർദ്ദനമേറ്റ് മരിച്ചെന്നും മരിച്ചില്ലെന്നുമുള്ള നിലയിൽ പൊലീസ് ലോക്കപ്പിൽ. അദ്ദേഹത്തിന്റെ മറ്റൊരു അനുജൻ സ. രാജശേഖരൻ തമ്പി ചെങ്ങന്നൂർ പൊലീസ് ലോക്കപ്പിൽ ക്രൂരമർദ്ദനങ്ങൾക്ക് വിധേയനായി കഴിയുന്നു. മറ്റൊരു അനുജൻ ഡോ.രാമകൃഷ്ണൻ തമ്പി ആലപ്പുഴ ലോക്കപ്പിൽ, സഹോദരിമാരായ സുഭദ്രാമ്മയും രാധമ്മയും സുഭദ്രാമ്മയുടെ ഒരുമാസം പ്രായമുള്ള കുഞ്ഞും ആലപ്പുഴ ലോക്കപ്പിൽ തന്നെ. അങ്ങനെ തന്റെ എല്ലാം പാർട്ടിക്ക് സമർപ്പിച്ചിരിക്കുന്ന അദ്ദേഹത്തിനെ അത്തരത്തിലൊരു വിമർശനവും തീരുമാനവും എടുക്കാൻ കഴിയൂ. അതിത്തിരി കഠിനമാണെന്ന് പറയാൻ ഡിസിയിലെ മറ്റാർക്കും അന്ന് കഴിയുമായിരുന്നില്ല.' (വിപ്ലവ സ്മരണകൾ- പുതുപ്പള്ളി രാഘവൻ)

കടുത്ത വിമർശനങ്ങൾ ഏറ്റപ്പോഴും ഇതേ നിലപാടു തന്നെയാണ് തോപ്പിൽ ഭാസിയും സ്വീകരിച്ചത് എന്ന് അദ്ദേഹത്തിന്റെ പാർട്ടിനിലപാടുകളോടുള്ള സമീപനങ്ങളിൽനിന്ന് കണ്ടു കഴിഞ്ഞു. അദ്ദേഹത്തെയും അത്തരമൊരു നിലപാട് എടുക്കാൻ പ്രേരിപ്പിച്ചത് ശങ്കരനാരയാണൻ തമ്പിയുടെ ജീവിതവും സമർപ്പണവുമായിരുന്നു എന്ന് കാണാം. അദ്ദേഹം ഇങ്ങനെ പറയുന്നു. 'തമ്പി സാർ ആജ്ഞാപിച്ചു വിട്ട ഞങ്ങൾക്ക് എന്തെങ്കിലും അപകടം പറ്റിയിരുന്നുവെങ്കിലും കുറ്റബോധം തോന്നേണ്ട കാര്യം അദ്ദേഹത്തിനുണ്ടായിരുന്നില്ല. കാരണം ഞങ്ങൾക്ക് പരമാവധി വരാവുന്ന കഷ്ടപാടുകളെക്കാളും ക്ലേശങ്ങളെക്കാളും കൂടുതൽ അദ്ദേഹം സ്വയം അനുഭവിച്ചുകൊണ്ടാണ് സ്വയം ആജ്ഞാപിക്കുന്നത്.' ഇത്തരത്തിൽ ഒരേ സമയം ആദർശബോധത്തിന്റെയും സമർപ്പണത്തിന്റെയുമായ രാഷ്ട്രീയമായിരുന്നു അന്ന് സാമൂഹ്യ മാറ്റം ലക്ഷ്യമാക്കി പ്രവർത്തിച്ചവർ പ്രയോഗിച്ചതെന്ന് വ്യക്തം.

രാഷ്ട്രീയ സംഘടന രംഗത്തുമാത്രമല്ല, വ്യക്തിഗതമായും അക്കാലത്തെ നേതാക്കൾ പുലർത്തിയ ഉന്നതമായ മാനവിക മൂല്യങ്ങളെക്കുറിച്ചുള്ള സംഭവ കഥകളും ഏറെയുണ്ട്. ഇതിൽ പ്രധാനമെന്ന് തോന്നുന്ന ഒരു കാര്യം തോപ്പിൽ ഭാസിയുമായി ബന്ധപ്പെട്ടു തന്നെയാണ്. ശൂരനാട് സംഭവത്തെ തുടർന്നുള്ള പൊലീസ് നടപടിയിൽ കൊല്ലപ്പെട്ട കളയ്ക്കാട്ട്തറ പരമേശ്വരൻ നായരുടെ വീട്ടിൽ പോയ കഥ പുതുശ്ശേരി

രാമചന്ദ്രൻ എഴുതുന്നുണ്ട്. കൊല്ലപ്പെട്ട പരമേശ്വരൻ നായരുടെ അച്ഛനും മകളും അമ്മയും മാത്രമാണ് വീട്ടിലുണ്ടായിരുന്നു. കുഴിയിൽ കാലു നീട്ടി യിരിക്കുന്ന തനിക്ക് ഇനി ഒന്നും ചെയ്യാനില്ലെന്നും പെൺകുട്ടിയുടെ സംരക്ഷണം പാർട്ടി ഏറ്റെടുക്കണമെന്നുമായിരുന്നു ആ വൃദ്ധന്റെ ആവശ്യം. ഇക്കാര്യമാണ് പിന്നീട് ചേർന്ന പാർട്ടി ജില്ലാ കമ്മിറ്റി ചർച്ച ചെയ്തതെന്ന് പുതുശ്ശേരി രാമചന്ദ്രൻ ഓർത്തെടുക്കുന്നു. മറ്റു ബാധ്യതക ളൊന്നുമില്ലാത്ത ഒരു ചെറുപ്പക്കാരനെ ആ പെൺകുട്ടിയുടെ വരനായി പാർട്ടി നിശ്ചയിക്കുന്നു. എന്നാൽ തോപ്പിൽ ഭാസിക്ക് ആ തീരുമാനം അംഗീകരിക്കാൻ കഴിഞ്ഞില്ല. അദ്ദേഹം എല്ലാവരെയും അത്ഭുതപ്പെ ടുത്തി കൊണ്ട് പുതുശ്ശേരി രാമചന്ദ്രനോട് തനിക്ക് ആ പെൺകുട്ടിയെ കല്യാണം കഴിക്കാമോ എന്ന് ചോദിക്കുന്നു. സാധ്യമല്ലെങ്കിൽ തന്റെ അനുജൻ കുമാരപ്പിള്ളയെ കൊണ്ട് ആ പെൺകുട്ടിയെ കല്യാണം കഴി പ്പിക്കുമെന്നും പറയുന്നു. (അതിനകം തോപ്പിൽ ഭാസി വിവാഹിതനായി കഴിഞ്ഞിരുന്നു.) എന്നാൽ ആ തീരുമാനം നടന്നില്ല.പകരം തോപ്പിൽ ഭാസിയുടെ അനുജൻ കൃഷ്ണപിള്ളയെ കൊണ്ട് കല്യാണം കഴിപ്പിക്കാൻ തീരുമാനിച്ചു. എന്നാൽ ഭാസിയുടെ അച്ഛൻ ശക്തമായി എതിർത്തു. പിന്നീട് നാടകീയമായ സംഭവങ്ങൾക്ക് ശേഷം അദ്ദേഹത്തിന്റെ ഇളയ അനുജൻ മണിയൻ ആ പെൺകുട്ടിയെ കല്യാണം കഴിക്കാൻ തീരുമാ നിക്കുകയായിരുന്നു.

അക്കാലത്തെ വിപ്ലവകാരികൾ പുലർത്തിയ ഉന്നതമായ മാനവിക ബോധം അന്ന് തന്നെ നിലനിന്നിരുന്ന യാഥാസ്ഥിതിക മൂല്യബോധ ങ്ങൾക്കെതിരായിരുന്നു. അത്തരം യാഥാസ്ഥിതിക മൂല്യബോധത്തോടും പല കമ്മ്യൂണിസ്റ്റുകളും ഏറ്റുമുട്ടിയതിന്റെ സന്ദർഭങ്ങളും ശൂരനാട്ടുനിന്ന് ഉണ്ടായിട്ടുണ്ട്. ശൂരനാട്ട് കേസിലെ പ്രതിയായിരുന്ന സി കെ കുഞ്ഞി രാമന്റെ ജീവിതം അത്തരത്തിലുള്ളതായിരുന്നു. അദ്ദേഹത്തെ കോടതി തെളിവില്ലാത്തതിന്റെ അടിസ്ഥാനത്തിൽ വെറുതെ വിട്ടു. തിരിച്ച് അദ്ദേഹം വീട്ടിലെത്തുമ്പോൾ അദ്ദേഹത്തിന്റെ ഭാര്യയ്ക്ക് മറ്റൊരു ബന്ധത്തിൽ ഒരു കുട്ടി ജനിച്ചിരുന്നു. ജയിലിൽനിന്ന് പുറത്തിറങ്ങിയ കുഞ്ഞിരാമനോട് എങ്ങനെയാണ് ഇതിനെ കുറിച്ച് പറയുകയെന്നതാ യിരുന്നു അപ്പോൾ സഖാക്കളുടെ ആശങ്കയെന്ന് പുതുശ്ശേരി രാമചന്ദ്രൻ എഴുതുന്നുണ്ട്. എന്നാൽ വീട്ടിലെത്തിയ കുഞ്ഞിരാമൻ ഭാര്യയേയും അവരുടെ കുഞ്ഞിനെയും സ്വീകരിക്കുകയും തുടർന്നും അവർ ഒന്നിച്ച് ജീവിക്കുകയുമായിരുന്നു. ‘ മനുഷ്യൻ ഹാ എന്ത് സുന്ദരമായ പദം, ഞാൻ കുഞ്ഞിരാമനെ കെട്ടിപിടിച്ചു.’ കുഞ്ഞിരാമന്റെ വീട്ടിലേക്കുള്ള വരവിന് ദൃക്സാക്ഷിയായിരുന്ന പുതുശ്ശേരി രാമചന്ദ്രൻ എഴുതി.

കേസ് നടത്തിപ്പിലെ സാമ്പത്തിക പ്രശ്നങ്ങൾ

കൊല്ലം സെഷൻസ് കോടതിയിലായിരുന്നു ശൂരനാട്ട് കേസിന്റെ വിസ്താരം നടന്നത്. തങ്ങളുടെ വാദങ്ങൾക്ക് അനുസൃതമായി കോടതിയിൽ സാക്ഷി പറയാൻ പറ്റുന്ന വിധത്തിൽ ആളുകളെ പൊലീസ് ഉണ്ടാക്കിയെടുത്തിരുന്നു. പൊലീസിനെ സംബന്ധിച്ച് അത് എളുപ്പവുമായിരുന്നു. അതിന് പറ്റിയ ആളുകൾ തെന്നല കുടുംബത്തിന്റെ ആശ്രിതരായി തന്നെ ഉണ്ടായിരുന്നു. കമ്മ്യൂണിസ്റ്റ് പാർട്ടിയെ സംബന്ധിച്ചിടത്തോളം കള്ള സാക്ഷികളെ തുറന്നുകാട്ടുക മാത്രമായിരുന്നില്ല വെല്ലുവിളി അതിന് ആവശ്യമായ കോടതി ചെലവ് കണ്ടെത്തുക കൂടിയായിരുന്നു. അതിന് വേണ്ടിയുള്ള പലമാനങ്ങളുള്ള നീക്കങ്ങളാണ് അന്ന് പുറത്തുള്ളവർ നടത്തിയത്. പൊലീസ് കൃത്യമമായി സൃഷ്ടിച്ചെടുത്ത സാക്ഷികളിലൊരാളെ തുറന്നുകാട്ടുന്നതിൽ തെന്നല കുടുംബത്തിലെ തന്നെ 'മിതവാദി'യായ കേശവൻ പിള്ളയെ എങ്ങനെ ഉപയോഗപ്പെടുത്തിയെന്ന കഥ പുതുശ്ശേരി പറയുന്നുണ്ട്. 26 പേർക്കെതിരെയാണ് കൊലക്കുറ്റത്തിന് കേസ് ചാർജ്ജ് ചെയ്തിരുന്നത്. ഇതിൽ 21 പേർ പിടിയിലായി. തെന്നല കുടുംബത്തിന്റെ ആശ്രിതനായിരുന്ന ഒരു റേഷൻ കടക്കാരാനായിരുന്നു പൊലീസ് ഹാജരാക്കിയ മുഖ്യസാക്ഷി. തോപ്പിൽ ഭാസിയും ശങ്കരനാരായണൻ തമ്പിയും ഇൻസ്പെക്ടറെയും പൊലീസുകാരെയും വെട്ടികൊലപ്പെടുത്തുന്നത് കണ്ടുവെന്നായിരുന്നു അദ്ദേഹം പറഞ്ഞത്. ശൂരനാട്ട് നടന്ന സംഭവത്തിന് ശേഷം പൊലീസ് കാണിച്ച അതിക്രമങ്ങളിൽ തെല്ലും യോജിപ്പില്ലാത്ത ആളായിരുന്നുവത്രെ കേശവൻ പിള്ള. അദ്ദേഹത്തെ കണ്ട് കള്ള സാക്ഷിയെ ഭീഷണി പെടുത്താനുള്ള തന്ത്രങ്ങളാണ് പുതുശ്ശേരി രാമചന്ദ്രൻ ചെയ്തത്. അദ്ദേഹം കേശവൻ പിള്ളയെ പോയി

കാണുകയും റേഷൻ കടക്കാരനായ കുഞ്ഞുകൃഷ്ണ പിള്ള കള്ളസാക്ഷി പറയുന്ന കാര്യം അദ്ദേഹത്തെ ബോധ്യപ്പെടുത്തുകയും ചെയ്യുകയായിരുന്നു. കുഞ്ഞുകൃഷ്ണ പിള്ളയെവിളിപ്പിച്ച് കള്ള സാക്ഷി പറഞ്ഞാൽ ഉണ്ടാകാവുന്ന ഭവിഷത്തിനെ കുറിച്ച് അദ്ദേഹത്തെ ബോധ്യപ്പെടുത്തുകയും ചെയ്തു. ഇങ്ങനെയൊക്കെയുള്ള പ്രവർത്തനങ്ങളിലൂടെയായിരുന്നു അന്ന് തെളിവിൽ പ്രവർത്തിക്കാൻ കഴിഞ്ഞവർ ശൂരനാട്ടിലെ കമ്മ്യൂണിസ്റ്റുകാർക്ക് വേണ്ടി പ്രവർത്തിച്ചത്. ശൂരനാട്ടും വള്ളിക്കുന്നത്തും മാത്രമല്ല, മധ്യ തിരുവിതാംകൂറിലെ തന്നെ വിവിധ ജനകീയ പ്രശ്നങ്ങളിൽ ഇടപെട്ട പ്രവർത്തിച്ചിരുന്ന കേശവൻ പോറ്റി നേരത്തെ തന്നെ ജയിലിലായത് കേസ് നടത്തിപ്പ് ഉൾപ്പെടെയുള്ള കാര്യങ്ങളെ വലിയ രീതിയിൽ ബാധിച്ചുവെന്ന് പുതുശ്ശേരി രാമചന്ദ്രൻ വിവരിക്കുന്നുണ്ട് എന്നാൽ കേശവൻ പോറ്റി പുറത്തിറങ്ങിയതോടെ കേസ് നടത്തിപ്പിന്റെ ചുമതല പോറ്റിയെ കമ്മ്യൂണിസ്റ്റ് പാർട്ടിയുടെ ജില്ലാ കമ്മിറ്റി ഏൽപ്പിക്കുകയായിരുന്നു. അഡ്വ. ജി ജനാർദ്ദന കുറുപ്പ് പ്രസിഡന്റും പോറ്റി സെക്രട്ടറിയുമായി ഡിഫൻസ് കമ്മിറ്റിയും രൂപീകരിച്ചു. പിന്നീട് ഈ മേഖലയിലെ സജീവ പ്രവർത്തകനും നേതാവുമായിരുന്ന കെ എൻ ഗോപാലനും ഡിഫൻസ് കമ്മിറ്റിയുടെ ഭാഗമായതോടെ കേസ് നടത്തിപ്പിനുള്ള പ്രവർത്തനങ്ങൾ സജീവമായി.

കേസിന് പണം കണ്ടെത്തുകയായിരുന്നു പ്രധാന വെല്ലുവിളി. അതിന് പല പല മാർഗങ്ങളാണ് പാർട്ടി പ്രവർത്തകർ സ്വീകരിച്ചത്. നേരത്തെ സൂചിപ്പിച്ചത് പോലെ ഈ മേഖലയിൽ വലിയ സ്വീകാര്യതയുള്ള വ്യക്തിത്വമായിരുന്നു കേശവൻ പോറ്റിയുടെത്. സ്വത്ത് തർക്കങ്ങളിൽ അദ്ദേഹത്തിന്റെ മാധ്യസ്ഥ്യം നാട്ടുകാർ അംഗീകരിച്ചു. അങ്ങനെ മാധ്യസ്ഥനായി നിന്ന ഒരു കേസിൽ അദ്ദേഹത്തിന് ഇരു വിഭാഗത്തിലും പെട്ടവർ നൽകിയത് ഒരു ആഞ്ഞിലതടിയായിരുന്നു. അത് വിറ്റപ്പോൾ അദ്ദേഹത്തിന് 200 രൂപ കിട്ടി. ആ തുകയും കേസിന് ഉപയോഗിച്ചു. തോപ്പിൽ ഭാസിയുടെ *നിങ്ങളെന്നെ കമ്മ്യൂണിസ്റ്റാക്കി* എന്ന വിഖ്യാത നാടകം അതിനകം രംഗത്ത് അവതരിപ്പിക്കപ്പെട്ടിരുന്നു. ആ നാടകം അച്ചടിച്ച് വിൽക്കുകയായിരുന്നു കേസ് നടത്തിപ്പിന് അന്ന് കാശ് കണ്ടെത്താൻ കണ്ട മറ്റൊരു മാർഗം. സോമൻ എന്ന പേരിലായിരുന്നു നാടകം തോപ്പിൽ ഭാസി എഴുതിയത്. ഇതേക്കുറിച്ച് പുതുശ്ശേരി രാമചന്ദ്രൻ ഇങ്ങനെ എഴുതുന്നു: 'നാടക പുസ്തകം ഞങ്ങൾ വീട് വീടാന്തരം കയറി വിറ്റു. പക്ഷെ പുസ്തകം വാങ്ങി വീട്ടിൽ വെയ്ക്കാൻ ആളുകൾ ഭയപ്പെട്ടു. അതുകൊണ്ട് ആളുകൾ വാങ്ങാൻ മടിച്ചു. പുസ്തകം വാങ്ങിച്ച ചിലർ ഞങ്ങൾ പോരുന്ന പാടെ പുറംചട്ട വലിച്ചു കീറുന്നതും കണ്ടു. പൊലീസിനെ അത്രകണ്ട് ഭയമായിരുന്നു അന്ന് നാട്ടുകാർക്ക്'

അഡ്വ. കെ ജി കുഞ്ഞുകൃഷ്ണപിള്ള. കരിഞ്ഞിപ്പള്ളി മാത്യു ഇടിക്കുള, ഭാസ്ക്കരൻ നായർ, തുടങ്ങിയവർക്കായിരുന്നു പ്രതികളുടെ വക്കാലത്ത്. കെ ജി കുഞ്ഞികൃഷ്ണപിള്ളയ്ക്ക് ഓരോ തവണ വാദിക്കുന്നതിനും ആയിരം രൂപയായിരുന്നു നൽകിയിരുന്നതെന്നും ആ ഉത്തരവാദിത്തം പോറ്റിയായിരുന്നു ഏറ്റെടുത്തതെന്നും പുതുശ്ശേരി രാമചന്ദ്രൻ വിവരിക്കുന്നുണ്ട്. കേസിൽ ചിലരെങ്കിലും ശിക്ഷിക്കപ്പെടാതിരിക്കാൻ കാരണം പോറ്റിയുടെ ശുഷ്കാന്തിയാണെന്നും അദ്ദേഹം വിശദീകരിക്കുന്നുണ്ട്. ശൂരനാട് കേസിലെ പ്രതികളിൽ തണ്ടാശ്ശേരി രാഘവൻ,കളയ്ക്കാട്ടുതറ പരമേശ്വരൻ നായർ, പായക്കാലിൽ ഗോപാലപ്പിള്ള, മഠത്തിൽ ഭാസ്ക്കരൻ നായർ, കാഞ്ഞിരപ്പള്ളി വടക്കേതിൽ പുരുഷോത്തമ കുറുപ്പ്, പുന്തിലേത്ത് വാസുപിള്ള, മലമേൽ കൃഷ്ണപിള്ള കാട്ടൂർ ജനാർദ്ദനൻ നായർ എന്നിവരാണ് കൊല്ലപ്പെട്ടത്. ചാലിത്തറ കുഞ്ഞച്ചൻ, പായിക്കാലിൽ രാമൻ നായർ എന്നിവരെ പിന്നീടൊരിക്കലും കണ്ടെത്താനും കഴിഞ്ഞില്ല. പൊലീസ് കസ്റ്റഡിയിലെടുത്തതിന് ശേഷം ഇവരെ മർദ്ദിച്ചുകൊലപ്പെടുത്തിയിട്ടുണ്ടാകുമെന്നാണ് കരുതുന്നത്. രണ്ടുമാസത്തോളമാണ് കൊല്ലത്തെ സെഷൻസ് കോടതിയിൽ നടന്നത്. അന്നത്തെ സാഹചര്യത്തിൽ നേരത്തെ സൂചിപ്പിച്ച രീതിയിലുള്ള ശ്രമങ്ങളൊക്കെ ഉണ്ടായെങ്കിലും വേണ്ട രീതിയിൽ കേസ് നടത്താൻ പാർട്ടിക്ക് കഴിഞ്ഞില്ലെന്നാണ് പുതുപ്പള്ളി രാഘവൻ പറയുന്നത്. വധശിക്ഷ അന്ന് തിരു-കൊച്ചിയിൽ ഇല്ലാത്തതു കൊണ്ട് മാത്രം പ്രതികളാക്കപ്പെട്ടവർ രക്ഷപ്പെട്ടതാണെന്നും അദ്ദേഹം പറയുന്നുണ്ട്. 'പത്തു സഖാക്കളെയാണ് കേസിൽ ശിക്ഷിച്ചത്. ശൂരനാട് കേസ് നടന്നത് തിരു-കൊച്ചിയിൽ വധശിക്ഷ നിർത്തിയിരുന്ന കാലത്തായിരുന്നു..വധശിക്ഷ നിർത്തിയിട്ട് ജീവപര്യന്തത്തിന്റെ ദൈർഘ്യം കൂട്ടി. -ഇരുപതു കൊല്ലത്തെ കഠിനതടവ്. വധശിക്ഷ നിർത്താതിരുന്നുവെങ്കിൽ പത്തു സഖാക്കളെയും വധ ശിക്ഷയ്ക്ക് വിധിക്കുമായിരുന്നു. അതുകൊണ്ട് ശിക്ഷയുടെ കാഠിന്യം കുറച്ചുവെന്ന് കരുതണ്ട. മൂന്ന് മുതൽ അഞ്ച് വരെ ജീവപര്യന്തം. അതായത് അറുപത് മുതൽ നൂറുവരെ വർഷത്തെ കഠിന തടവിനാണ് സഖാക്കളെ ശിക്ഷിച്ചത്.' (വിപ്ലവ സ്മരണകൾ). രണ്ട് പേരെ കേസിൽ വെറുതെ വിട്ടു. തോപ്പിൽഭാസിക്കെതിരായ കേസ് അദ്ദേഹത്തെ പിന്നീട് പിടികൂടിയപ്പോഴാണ് നടന്നത്. അദ്ദേഹത്തെയും വെറുതെ വിടുകയായിരുന്നു. അങ്ങനെ ശൂരനാട് കേസിൽ മൂന്ന് പേരെയാണ് വെറുതെ വിട്ടത്. പതിറ്റാണ്ടുകൾ തന്നെ ശിക്ഷിക്കപ്പെട്ടെങ്കിലും അത്രയൊന്നും കാലം ഇവർക്ക് ജയിലിൽ കഴിയേണ്ടിവന്നില്ല. അപ്പോഴേക്കും വലിയ രാഷ്ട്രീയ മാറ്റങ്ങൾ ഉണ്ടായി. ഐക്യ കേരളം രൂപീകരിക്കപ്പെട്ടു. തെരഞ്ഞെടുപ്പിലൂടെ കമ്മ്യൂണിസ്റ്റ്

പാർട്ടി അധികാരത്തിലെത്തി. അതോടെ ശൂരനാട് സംഭവത്തിൽ ശിക്ഷിക്കപ്പെട്ടവർ മോചിതരായി. നടയിൽ വടക്കേതിൽ പരമുനായർ, പായിക്കാലിൽ പരമേശ്വരൻ നായർ, കോതേലിൽ വേലായുധൻ നായർ, ചാത്തൻകുട്ടി ചെറപ്പാട്, അമ്പിയിൽ ജനാർദ്ദനൻ നായർ, അയണിവിള കുഞ്ഞുപിള്ള, പൊണാൽ തങ്കക്കുറുപ്പ്, വിളയിൽ ഗോപാലൻ നായർ, ആർ ശങ്കരനാരായണൻ തമ്പി, എന്നിവരാണ് 1957 ഏപ്രിൽ ഒമ്പതിന് മോചിതരായത്. ഇഎംഎസ് സർക്കാർ അധികാരത്തിൽ വന്നതിന് ശേഷം എടുത്ത ആദ്യ തീരുമാനങ്ങളിലൊന്നായിരുന്നു ശൂരനാട് കേസിൽ ശിക്ഷിക്കപ്പെട്ടവരെ വിട്ടയക്കുകയെന്നത്.

ശൂരനാടിന് കാരണം കമ്മ്യൂണിസ്റ്റ് പാർട്ടിയുടെ നയ സമീപനമോ

ശൂരനാട് സംഭവവും അതിന് ശേഷം നടന്ന പൊലീസ് തേർവാഴ്ചയും എന്തുകൊണ്ട് സംഭവിച്ചു. അതിന്റെ സാമൂഹ്യ കാരണങ്ങൾ നമ്മൾ കണ്ടു കഴിഞ്ഞു. അന്നത്തെ സാമൂഹ്യ സാഹചര്യത്തിനെതിരായ പ്രതിഷേധം സായുധ പോരാട്ടമായി മാറാൻ കാരണം കമ്മ്യൂണിസ്റ്റ് പാർട്ടിയുടെ അന്നത്തെ നയമായിരിന്നോ? നൂറ്റാണ്ടുകൾ നിലനിന്ന് ചൂഷണത്തിൽ അധിഷ്ഠിതമായ ഒരു സാമൂഹ്യാവസ്ഥയെ കീഴ്മേൽ മറിക്കാൻ സായുധ പോരാട്ടം തന്നെ വേണമായിരുന്നുവോ? നിരവധി ചോദ്യങ്ങൾ ഇതുമായി ബന്ധപ്പെട്ട് ഉന്നിയിക്കപ്പെടുന്നുണ്ട്. പാർലമെന്ററി രംഗത്തെ ഏഴ് പതിറ്റാണ്ടോളമുള്ള അനുഭവങ്ങളുടെ അടിസ്ഥാനത്തിൽ ശൂരനാട് സമരത്തെ കമ്മ്യൂണിസ്റ്റ് പാർട്ടികൾക്ക് പോലും രാഷ്ട്രീയമായി ഇപ്പോൾ എങ്ങനെ കാണുമെന്നത കൗതുകമാർന്നതെങ്കിലും പ്രസക്തമായ രാഷ്ട്രീയ ചോദ്യമാണ്.

കേരളത്തിൽ 1940 കളിൽ നിരവധി കാർഷിക സമരങ്ങളാണ് അരങ്ങേറിയത്. മലബാറിലും തിരുവിതാംകൂറിലും. ഈ സമരങ്ങളും അതിനെ തുടർന്നുണ്ടായ സംഭവങ്ങളും രാഷ്ട്രീയ തീരുമാനത്തിന്റെ അടിസ്ഥാനത്തിലുണ്ടായതാണെന്നും അതിന് കാരണക്കാർ കമ്മ്യൂണിസ്റ്റുകാരാണെന്നുമാണ് കോൺഗ്രസ് അടക്കമുള്ളവരുടെ ആക്ഷേപം. കമ്മ്യൂണിസ്റ്റുകാരുടെ നിലപാട് ആണോ ശൂരനാട് അടക്കമുള്ള പ്രദേശങ്ങളിലെ പ്രശ്നങ്ങൾക്ക് കാരണമായത്? ചരിത്രത്തെ അതത് കാലത്തുനിലനിന്ന് ഉത്പാദന ബന്ധങ്ങളുടെ കൂടി അടിസ്ഥാനത്തിൽ പരിശോധിക്കുമ്പോൾ അന്ന് നിലനിന്നിരുന്ന ജാതി മേൽക്കൊയ്മയിൽ

അടിസ്ഥാനപ്പെടുത്തി നിലനിന്നിരുന്ന സമ്പ്രദായം തകർക്കപ്പെടുകയെന്നത് അനിവാര്യമായിരുന്നു. അതിന് കമ്മ്യൂണിസ്റ്റ് പാർട്ടിയുടെ മുൻകൈയുണ്ടായെന്നതാണ് ശൂരനാട് അടക്കമുള്ള കേരളത്തിലെ വിവിധ കാർഷിക കലാപങ്ങൾ തെളിയിക്കുന്നത്. സ്വാതന്ത്ര്യ സമരത്തിന് നേതൃത്വം നൽകിയ കോൺഗ്രസിനെ സവർണ ജാതി മേധാവിത്വം സ്വാംശീകരിച്ചതോടെ പുതിയ രാഷ്ട്രീയ സംവിധാനവും ചൂഷണ വ്യവസ്ഥിതിയെ പിന്തുണയ്ക്കുന്നതോ താങ്ങി നിർത്തുന്നതോ ആണെന്ന് സാധാരണക്കാർക്ക് ബോധ്യപ്പെടുകയാണ് ചെയ്തത്. കാർഷിക മേഖലയുമായി ബന്ധപ്പെട്ട് കമ്മ്യൂണിസ്റ്റ് പാർട്ടിയുടെ മുൻകൈയിൽ വിവിധ പ്രദേശങ്ങളിൽ ജനകീയമായ ചെറുത്തുനിൽപ്പുകൾ ഇന്ത്യയുടെ പല ഭാഗങ്ങളിലും 1940 കളിൽ നടക്കുന്നുണ്ടായിരുന്നു. കയ്യൂർ, തേഭാഗ, തെലങ്കാന തുടങ്ങിയവ ഉദാഹരണങ്ങൾ മാത്രം. ഇതിന് ശേഷമാണ് ഇന്ത്യൻ കമ്മ്യൂണിസ്റ്റ് പാർട്ടി ഇന്ത്യൻ സമൂഹത്തോടുള്ള അതിന്റെ കാഴ്ചപാടിൽ മാറ്റം വരുത്തുന്നത്. 1949 ലെ കമ്മ്യൂണിസ്റ്റ് പാർട്ടിയുടെ കൊൽക്കത്ത കോൺഗ്രസ് അംഗീകരിച്ച കൊൽക്കത്ത തീസിസ് എന്ന അറിയപ്പെടുന്ന രാഷ്ട്രീയ രേഖയുടെ അടിസ്ഥാനത്തിൽ സായുധ സമരത്തിന് ഊന്നൽ നൽകികൊണ്ടുള്ള സമീപനം കമ്മ്യൂണിസ്റ്റ് പാർട്ടി സ്വീകരിക്കുകയായിരുന്നു. സായുധ പോരാട്ടത്തിലൂടെ ഇന്ത്യൻ ജനങ്ങളുടെ രാഷ്ട്രീയവും സാമ്പത്തികവുമായ സ്വാതന്ത്ര്യത്തെ മുൻനിർത്തിയുള്ള പോരാട്ടമായിരുന്നു പിന്നീട് നടന്നത്. ഈ ഘട്ടത്തിലാണ് ശൂരനാട് സംഭവം നടക്കുന്നത്. കൽക്കത്ത തിസീസിന്റെ കാലത്തെ രാഷ്ട്രീയ ലൈൻ ആണോ ശൂരനാട്ട് സംഭവത്തിന് കാരണമായത്? ജന്മി ഭൂപ്രഭു വർഗത്തോടുള്ള സായുധമായ ചെറുത്തുനിൽപ്പെന്ന് രാഷ്ട്രീയ സമീപനം ശൂരനാട് ഉൾപ്പെടെയുള്ള മേഖലയിലെ കമ്മ്യൂണിസ്റ്റ് പാർട്ടിയുടെ നേതാക്കളെ സ്വാധീനിച്ചുവോ?

ഇന്ത്യയിലെ മറ്റ് പ്രദേശങ്ങളിലെ പോലെ കേരളത്തിലെയും കമ്മ്യൂണിസ്റ്റ് പാർട്ടിയുടെ അക്കാലത്തെ പ്രവർത്തനങ്ങളെ സ്വാഭാവികമായും നയിച്ചത് അക്കാലത്തെ രാഷട്രീയ ലൈൻ തന്നെയായിരിക്കും. എന്നാൽ അതുകൊണ്ട് മാത്രമാണോ ശൂരനാട് സംഭവമുണ്ടായത്. നേരത്തെ സൂചിപ്പിച്ചതുപോലെ കമ്മ്യൂണിസ്റ്റ് പാർട്ടി കൽക്കത്ത തിസീസ് അംഗീകരിക്കുന്നതിന് മുമ്പ് തന്നെ ജന്മിത്വത്തിനും സവർണ മേധാവിത്വത്തിനുമെതിരായ സായുധമായ ചെറുത്തുനിൽപ്പ് ഉണ്ടായിട്ടുണ്ട്. അതുകൊണ്ട് ശൂരനാട് കമ്മ്യൂണിസ്റ്റ് പാർട്ടിയുടെ കൽക്കത്ത തീസിസിന്റെ സൃഷ്ടിയാണെന്ന് പറയാൻ കഴിയില്ല. ഇൻസ്പെക്ടറുടെയും നാല് പോലീസുകാരുടെയും മരണത്തിന് ഉത്തരവാദി

കമ്മ്യൂണിസ്റ്റുകാരാണെന്ന ആക്ഷേപം അന്ന് വ്യാപകമായി ഉണ്ടായിരുന്നു. സ്വാഭാവികമായും പിന്നീട് ശൂരനാട്ടും പരിസര പ്രദേശങ്ങളിലും അരങ്ങേറിയ പൊലീസ് അതിക്രമത്തിന് തുടക്കം കുറിച്ചതും ഈ സംഭവങ്ങൾ തന്നെയാണെന്നായിരുന്നു വിമർശനം. ഇത്തരത്തിൽ അന്നുയർന്ന രാഷ്ട്രീയ വിമർശനത്തിന് വിശദമായ മറുപടി പറയുന്നുണ്ട് പുതുപ്പള്ളി രാഘവൻ തന്റെ ആത്മകഥയിൽ. 'ഇൻസ്പെക്ടർ ടി മാത്യുവിന്റെയും നാല് പൊലീസുകാരുടെയും മരണത്തിന് ഉത്തരവാദി കമ്മ്യൂണിസ്റ്റുകാരായിരുന്നുവെന്ന് പറയാൻ എനിക്കാവില്ല, സത്യംഅതായിരുന്നില്ലെന്നതുകൊണ്ട് തന്നെ' എന്നെഴുതിയതിന് ശേഷം പുതുപ്പള്ളി രാഘവൻ വിശദീകരിക്കുന്നു. പഴയ തിരുവിതാംകൂറിന്റെ തെക്കൻ പ്രദേശങ്ങളിൽ നടന്ന നാടാർ ലഹളയും വെങ്ങാനൂരിലെ പുലയർ ലഹളയും ഹരിപ്പാട് മുതൽ കൊല്ലം പരവൂർ നടന്ന നായരീഴവ ലഹളയും കൊല്ലം പെരിനാട്ടു നടന്ന കല്ലുമാല പ്രക്ഷോഭണവും എങ്ങനെയുണ്ടായി... അടിച്ചമർത്തി അടക്കിഭരിച്ചിരുന്ന യാഥാസ്ഥിതിക വിഭാഗവും ഉണർന്നെഴുന്നേൽക്കുന്ന പുരോഗമന വിഭാഗവും തമ്മിൽ നടന്ന ക്ലുട്ടിമുട്ടലുകളായിരുന്നു അവ.. മനുഷ്യ സമുദായത്തിന്റെ മുന്നോട്ടുള്ള യാത്രകളിൽ ഈവിധ സമരങ്ങൾ അനിവാര്യങ്ങളാണ്.അത്തര്ത്തിൽപ്പെട്ട സമരമായിരുന്നു ശൂരനാട്ട് നടന്നതും.'

ആ നാട്ടിൽ കാലാകാലങ്ങളായി പലതരം ചൂഷണങ്ങൾക്ക് വിധേയമായിട്ടുള്ള ഒരു ജനതയ്ക്ക് അവരുടെ അവകാശങ്ങളെക്കുറിച്ച്, ബോധ്യപ്പെടുത്തുകയാണ് അവിടെ കമ്മ്യൂണിസ്റ്റ്കാർ ചെയ്തതെന്നും അദ്ദേഹം പറയുന്നു. തോപ്പിൽ ഭാസി പക്ഷെ പറയുന്നത് കൽക്കത്ത തീസിസിന്റെ രാഷ്ട്രീയ ലൈൻ ശൂരനാട് സംഭവത്തിന് കാരണമായിട്ടുണ്ടെന്നാണ്. എന്നാൽ അതെങ്ങനെയെന്ന് അദ്ദേഹം വിശദീകരിക്കുന്നില്ല. അക്രമോൽസുകമായ ചെറുത്തുനിൽപ്പിനെയായിരിക്കാം അദ്ദേഹം ഉദ്ദേശിച്ചത്.

തോപ്പിൽ ഭാസി ഇങ്ങനെ എഴുതുന്നു: നിശ്ചയമായും ക്രൂരമായിരുന്നു ആ സംഭവം. ഞാനതിൽ ഖേദിക്കുന്നു. കമ്മ്യൂണിസ്റ്റ് പാർട്ടിക്ക് അതിൽ പങ്കില്ലെന്ന് പറഞ്ഞിട്ട് കാര്യമില്ല. കൽക്കത്ത തീസിസിന്റെ രാഷ്ട്രീയ ലൈൻ അതിന് പ്രേരകമായിട്ടുണ്ടാകുമെന്നതും സത്യമാണ്. പക്ഷെ പൊലീസ് പിന്നീട് കെട്ടിച്ചമച്ച കഥപോലെ അതിന് മുമ്പ് ഭയങ്കര ഗൂഢാലോചനയോ കൊല്ലാനായിട്ട് ഒരു പരിപാടിയോ ഉണ്ടായിരുന്നില്ലെന്നതാണ് നേര്. സംഭവം യാദൃശ്ചികമാണ്. പാർട്ടി പ്രവർത്തനം അവിടെ ഇല്ലായിരുന്നുവെങ്കിൽ ആ യാദൃശ്ചിക സംഭവം ഉണ്ടാകുമായിരുന്നില്ലെന്നത് ശരിയാണ്'

ഇതിൽ മറ്റൊരു വസ്തുതയുള്ളത് സ്വാതന്ത്ര്യ സമര പോരാട്ടത്തിന്റെ മുൻപന്തിയിൽ നിന്ന കോൺഗ്രസിന്റെ സമീപനത്തോടുള്ള എതിർപ്പാണ് പലരേയും കമ്മ്യൂണിസ്റ്റ് പാർട്ടിയിലേക്ക് ആദ്യ അടുപ്പിച്ചത്. മധ്യതിരുവിതാംകൂറിൽ എങ്ങനെയാണ് കോൺഗ്രസിന്റെ പ്രവർത്തനം രാഷ്ട്രീയ ബോധമുള്ള യുവാക്കളെ ആ പാർട്ടിയിൽനിന്ന് അകറ്റിയതെന്നതിനുള്ള നിരവധി ഉദാഹരണങ്ങൾ തോപ്പിൽ ഭാസി തന്നെ തന്റെ ഒളിവിലെ ഓർമ്മകളിൽ നൽകുന്നുണ്ട്. സ്വാതന്ത്ര്യ പോരാളികൾ ഭരണവർഗ പാർട്ടിയായി മാറിയതോടെയാണ് അത് സംഭവിച്ചത്. പുന്നപ്ര വയലാർ തടവുകാരെ മോചിപ്പിക്കുകയില്ലെന്ന കോൺഗ്രസ് സർക്കാരിന്റെ തീരുമാനം ഉൾപ്പെടെയുള്ള സമീപനങ്ങൾ അതിന് കാരണമായതായി അദ്ദേഹം വിവരിക്കുന്നുണ്ട്. തിരു- കൊച്ചിയിൽ കോൺഗ്രസ് സർക്കാർ അധികാരത്തിൽവരുന്നതിന് മുമ്പ് അവരെ എതിർത്തുപോന്ന ജന്മി സവർണ ഭൂപ്രഭു വർഗത്തിൽപ്പെട്ടവർ പിന്നീട് കോൺഗ്രസുകാരായി മാറിയത് അവരുടെതാൽപര്യങ്ങൾ, അധികാരങ്ങൾ അവിടെയും സംരക്ഷിക്കപ്പെട്ടുമെന്നത് കൊണ്ടാണ്. അതുകൊണ്ട് തന്നെ വ്യവസ്ഥിതിയെ വിചാരണ ചെയ്തവർ കമ്മ്യൂണിസ്റ്റ് പാർട്ടിയിലെത്തി. ഭരണകൂടം നിക്ഷിപ്ത താൽപര്യങ്ങളുടെ നടത്തിപ്പുകാരും സംരക്ഷകരുമായപ്പോൾ അതിനെതിരായ ചെറുത്തുനിൽപ്പ് ശ്രമകരമായി എന്നതാണ് ശൂരനാട്ട് അടക്കമുള്ള കേരളത്തിലെ വിവിധ പ്രദേശങ്ങളിലെ കാർഷിക കലാപങ്ങളിലേക്ക് നയിച്ച സംഭവങ്ങൾ തെളിയിക്കുന്നത്. അത് ഏതെങ്കിലും ഒരു പാർട്ടിയുടെ നയ തീരുമാനത്തിന്റെ അടിസ്ഥാനത്തിൽ മാത്രം ഉണ്ടായ സംഭവങ്ങളല്ല. കമ്മ്യൂണിസ്റ്റ് പാർട്ടിയുടെ ഇടപെടൽ അവിടുത്ത സാമൂഹ്യ സംഘർഷങ്ങളെ തീവ്രമാക്കുകയും ഒരു മാറ്റത്തിന് കാരണമാകുന്ന സംഭവങ്ങളിലേക്ക് നയിക്കുകയും ചെയ്തുവെന്ന് പറയുന്നതാവും ഉചിതം.

'ശത്രു ക്യാമ്പി'ൽനിന്നുള്ള ഐക്യദാർഢ്യം

നിർഭാഗ്യകരമെന്ന് കമ്മ്യൂണിസ്റ്റുകാർ വിശേഷിപ്പിക്കുന്നതാണ് നാല് പൊലീസുകാരുടെയും ഒരു ഇൻസ്പെകടറുടെയും കൊലപാതകത്തിൽ കലാശിച്ച ശൂരനാട് സംഭവം. അക്കാലത്ത് അവിടെ നിലനിന്ന അങ്ങേയറ്റം പ്രതിലോമകരമായ ജന്മിത്വ സമ്പ്രദായത്തെയും അതിനെ നിലനിർത്തുന്ന രാഷ്ട്രീയ സംവിധാനത്തെയും എതിർക്കുമ്പോഴും, കൊലപാതകം കമ്മ്യൂണിസ്റ്റുകാർ ആസൂത്രണം ചെയ്തിരുന്നതിന് തെളിവുകളൊന്നുമില്ല. കേസിൽ പ്രതികളാക്കപ്പെട്ട പലരും സംഭവം നടക്കുന്ന ദിവസം അവിടെയുണ്ടായിരുന്നില്ലെന്നതും വസ്തുതയാണ്. ജന്മിത്വത്തെയാണ് എതിർത്തതെങ്കിലും അതിനെതിരായ പോരാട്ടത്തിൽ ഇരകളാക്കപ്പെട്ടവരിൽ പൊലീസുകാരുമുണ്ട്. ഭരണകൂടത്തിന് വേണ്ടി ജോലി ചെയ്യുന്ന, ജീവിക്കാൻ എന്നതിലപ്പുറം ബാധ്യതയൊന്നും പൊലീസുകാർക്ക് വ്യവസ്ഥിതിയോടില്ല. ജന്മിമാർക്ക് വേണ്ടി അധികാരികൾ നിർദ്ദേശിച്ചതനുസരിച്ച് ശൂരനാട്ടെത്തിയ പൊലീസുകാരാണ് ചെറുത്തുനിൽപ്പിനിടെ കൊല്ലപ്പെട്ടത്. ശൂരനാട്ടെ തെന്നല കുടുംബക്കാർക്ക് വേണ്ടി നാട്ടുകാരെ നേരിടാനെത്തിയ പൊലീസുകാർ അവിടെ പെട്ടന്നുണ്ടായ സംഘർഷത്തിനിടെ കൊല്ലപ്പെടുകയും അത് വലിയ പൊലീസ് അതിക്രമത്തിന് കാരണമാകുകയും ചെയ്യുകയായിരുന്നു. ആ സംഭവം അവസരമാക്കി, ആ നാടിനെ തന്നെ ഇല്ലാതാക്കാനാണ് അധികാരികൾ നടത്തിയത്. അതിന്റെ ചരിത്രമാണ് നമ്മൾ നേരത്തെ മനസ്സിലാക്കിയത്. പോലീസുകാരെങ്കിലും അടിസ്ഥാന വിഭാഗത്തിൽപെടുന്ന ആ മനുഷ്യരുടെ കുടുംബം എങ്ങനെയാവും ഇതിനോട് പ്രതികരിച്ചിട്ടുണ്ടാവുക എന്നത് വളരെ പ്രധാനപ്പെട്ട ഒരു വിഷയമാണ്. കൊലപാതകികൾ എന്ന് അധികാരി

വർഗം വിശേഷിപ്പിക്കുന്ന മനുഷ്യരോടുള്ള അവരുടെ കുടുംബങ്ങളുടെ പ്രതികരണം സ്വാഭാവികമായും വൈകാരികമായിരിക്കും. അതിനപ്പുറമുള്ള രാഷ്ട്രീയത്തെക്കുറിച്ചൊന്നും സാധാരണഗതിയിൽ മനുഷ്യർ ചിന്തിക്കുകയുമില്ല. അവരുടെ മുന്നിലുള്ള ജീവിതാനുഭവങ്ങളാവും അവരുടെ നിലപാടുകളെ നിർണയിക്കുക. എന്നാൽ ഇതിൽനിന്ന് വ്യത്യസ്തമായ അനുഭവം പറയുന്നുണ്ട്, ശൂരനാടുമായി ബന്ധപ്പെട്ട തന്റെ ഓർമ്മയിൽ തോപ്പിൽ ഭാസി. അദ്ദേഹം അടൂർ ലോക്കപ്പിൽ കിടക്കുമ്പോഴുണ്ടായ സംഭവത്തെയാണ് തോപ്പിൽ ഭാസി ഓർത്തെടുക്കുന്നത്. ഒരു കൈക്കുഞ്ഞുമായി ഒരു സ്ത്രീ തോപ്പിൽ ഭാസിയെ കാണാൻ ജയിലിലെത്തുന്നു. കുറെനേരം തോപ്പിൽ ഭാസിയെ നോക്കി നിന്നതിന് ശേഷം ആ സ്ത്രീയുടെ കണ്ണുകൾ നിറഞ്ഞൊഴുകി. ആരാണ് ഇവർ എന്ന് തോപ്പിൽ ഭാസി അവിടെ ഉണ്ടായിരുന്ന പോലീസുകാരനോട് ചോദിച്ചു. ശൂരനാട്ട് നിങ്ങൾ കൊന്നുകളഞ്ഞ കുഞ്ഞുപിള്ള ആശാരി എന്ന പൊലീസുകാരന്റെ ഭാര്യയാണ് അതെന്നായിരുന്നു ആ പൊലീസുകാരന്റെ മറുപടി. അന്നു അദ്ദേഹം തന്റെ നിലപാടിൽനിന്നല്ലാതെ തോളത്ത് കിടക്കുന്ന കുഞ്ഞിന്റെ അമ്മയുടെ നിലപാടിൽനിന്നുകൊണ്ട് ആ സംഭവത്തെ പറ്റി ചിന്തിച്ചുവെന്നാണ് തോപ്പിൽ ഭാസി പറഞ്ഞത്. എന്നാൽ ശൂരനാട്ടിലെ പൊലീസുകാരുടെ കൊലപാതകത്തിന് ഉത്തരവാദികൾ കമ്മ്യൂണിസ്റ്റ് ഗൂഢാലോചനയല്ലെന്ന കാര്യവും അദ്ദേഹം ആവർത്തിക്കുന്നു. പൊഴിഞ്ഞ ജീവനുകൾക്ക് വേണ്ടി വേദനിക്കുന്ന കമ്മ്യൂണിസ്റ്റുകളുടെ പ്രതികരണമാണ് തോപ്പിൽ ഭാസിയുടെയും പുതുപ്പള്ളി രാഘവന്റെയുമെല്ലാം വാക്കുകളിൽ പ്രതിഫലിച്ചത്. അതേസമയം കൊല്ലപ്പെട്ട പൊലീസുകാരുടെ ബന്ധുക്കൾ- നേരത്തെ സൂചിപ്പിച്ച കുഞ്ഞുപിള്ള ആശാരിയുടെ ഭാര്യയടക്കം -പിന്നീട് എന്ത് നിലപാടാണ് സ്വീകരിച്ചത്? കുഞ്ഞുപിള്ള ആശാരിയുടെ ഭാര്യ 1952 ലെ തെരഞ്ഞെടുപ്പിൽ തന്നെ പരസ്യമായി കമ്മ്യൂണിസ്റ്റ് പാർട്ടിക്ക് വോട്ടു ചെയ്തുവെന്നാണ് തോപ്പിൽ ഭാസി പിന്നീട് എഴുതുന്നത്. വ്യക്തിപരമായ അവർ അനുഭവിക്കുന്ന വേദനകൾക്കിടയിലും ശൂരനാട്ട് നടന്ന പ്രതിരോധത്തിന്റെയും രാഷ്ട്രീയമുന്നേറ്റങ്ങളുടെയും പിന്നിലുള്ള മാനവിക താൽപര്യങ്ങളെക്കുറിച്ച് അവർക്ക് ബോധ്യപ്പെട്ടു കാണും.

ഇതൊരു ഒറ്റപ്പെട്ട സംഭവമായിട്ടല്ല, തോപ്പിൽ ഭാസി പറയുന്നത്. താൻ ലോക്കപ്പിൽ നിന്ന് ഇറങ്ങിയതിന് ശേഷം അടൂരിൽ നടന്ന ഒരു പൊതുയോഗത്തെക്കുറിച്ച് അദ്ദേഹം പറയുന്നുണ്ട്. അതിലെ ഒരു പ്രാസംഗികൻ ശൂരനാട്ട് കൊല്ലപ്പെട്ട ഡാനിയൽ എന്ന പൊലീസുകാരന്റെ അനുജൻ ജോർജ്ജ് ആയിരുന്നു. ശൂരനാട്ട് സംഭവത്തിന് ശേഷമാണ്

ഞാൻ കമ്മ്യൂണിസ്റ്റായതെന്നായിരുന്നു അദ്ദേഹം പ്രസംഗിച്ചതെന്നാണ് തോപ്പിൽ ഭാസി ഓർക്കുന്നത്. ശൂരനാട്ട് കൊല്ലപ്പെട്ട ഇൻസ്പെകടറുടെ മകൻ ജോണുമായും അവരുടെ കുടുംബവുമായും അടുത്ത ബന്ധമാണ് തനിക്ക് പിന്നീട് ഉണ്ടായതെന്നും തോപ്പിൽ ഭാസി പറയുന്നുണ്ട്. ജോൺ പിന്നീട് കമ്മ്യൂണിസ്റ്റ്പാർട്ടിയുടെ പ്രവർത്തകനായെന്നും ഓർമ്മകുറിപ്പുകളിൽ അദ്ദേഹം പറയുന്നു.

ശൂരനാട്ട് പൊലീസുകാർ കൊല്ലപ്പെടാനിടയായ സംഭവത്തിന് പിന്നിലെ കാരണങ്ങൾ എന്താണെന്ന് കൊല്ലപ്പെട്ടവരുടെ ബന്ധുക്കളിൽ പലർക്കും ബോധ്യമായിട്ടുണ്ടെന്നതാണ് തോപ്പിൽ ഭാസിയുടെ വിവരണങ്ങളിൽ നിന്ന് വ്യക്തമാകുന്നത്. വ്യക്തിപരമായ ആക്രമണങ്ങളല്ല അവിടെ നടന്നതെന്ന കാര്യം അധികാരികളുടെ കൂടെ പ്രവർത്തിച്ചവരിൽ ചിലരെ പോലും ബോധ്യപ്പെടുത്താനായി എന്നത് അന്ന് കമ്മ്യൂണിസ്റ്റുകൾ നടത്തിയ പ്രവർത്തനങ്ങളുടെ ഫലമായി ഉണ്ടായതാണ്. സമൂഹത്തിലെ അടിസ്ഥാന വർഗത്തിന് വേണ്ടി നടത്തിയ പ്രവർത്തനങ്ങൾ ആ വിഭാഗത്തിൽപ്പെട്ട നല്ലൊരു വിഭാഗം ആളുകൾക്കും ഉൾക്കൊള്ളാനായി എന്നതും ഈ ഉദാഹരണങ്ങൾ തെളിയിക്കുന്നുണ്ട്. വ്യക്തി നഷ്ടത്തിന്റെ ദുഃഖത്തിനിടയിലും ഭരണകൂടം നടത്തിയ പ്രചാരണങ്ങളെ കൊല്ലപ്പെട്ട പൊലീസുകാരുടെ കുടുംബങ്ങളിൽ പലരും വിശ്വസിച്ചില്ലെന്നത് കൂടിയാണ് ഈ ഉദാഹരണങ്ങൾ തെളിയിക്കുന്നത്. ശൂരനാട്ടെ സംഭവവും അതിന് ശേഷമുണ്ടായ നരനായാട്ടും ജനങ്ങളെ വേട്ടയാടിയതുമെല്ലാം, കമ്മ്യൂണിസ്റ്റ് പ്രസ്ഥാനത്തെ തളർത്തുകയല്ല ചെയ്തതെന്നതിന്റെ തെളിവ് കൂടിയാണ് ഈ സംഭവങ്ങൾ. യഥാർത്ഥത്തിൽ അതിന് ശേഷം നടന്ന തെരഞ്ഞെടുപ്പുകളിലെ കമ്മ്യൂണിസ്റ്റ് പാർട്ടി സ്ഥാനാർത്ഥികളുടെ വിജയമാണ് ഇക്കാര്യം അടിവരയിടുകയും ചെയ്യുന്നു. ശൂരനാട്ടെ സംഭവവും പൊലീസ് അതിക്രമങ്ങളും കമ്മ്യൂണിസ്റ്റ് നേതാക്കളുടെ ജീവിതം ദുരിതമയമാക്കിയെങ്കിലും അത് ജനങ്ങളുടെ ഇടയിലുള്ള അവരുടെ സ്വാധീനം വർധിപ്പിക്കുകയാണ് ചെയ്തത്.

ഭരണിക്കാവും ചെങ്ങന്നൂരും

ശൂരനാട് സംഭവത്തിന് ശേഷം നടന്ന ആദ്യ തെരഞ്ഞെടുപ്പ് 1952 ലെ തിരു-കൊച്ചി സഭയിലേക്ക് നടന്നതായിരുന്നു. ഈ ഘട്ടത്തിൽ ഇന്ത്യയിലെ കമ്മ്യൂണിസ്റ്റ് പാർട്ടിയിൽ വലിയ മാറ്റങ്ങൾ സംഭവിച്ചിരുന്നു. ഇന്ത്യൻ വിപ്ലവത്തെക്കുറിച്ച വ്യത്യസ്തമായ നിലപാടായിരുന്നു അന്ന് പാർട്ടി നടപ്പിലാക്കിയിരുന്നത്. സായുധ ചെറുത്തുനിൽപ്പ് അതിൽ പ്രധാനപ്പെട്ടതായിരുന്നു. കൽക്കത്ത തീസിസ് പാർട്ടി പ്രവർത്തന പദ്ധതിയായി അംഗീകരിക്കപ്പെട്ടതിനെ തുടർന്ന് രാജ്യത്തെ പല ഭാഗങ്ങളിൽ കമ്മ്യൂണിസ്റ്റുകളുടെ സായുധ ചെറുത്തുനിൽപ്പുണ്ടായി. പാർട്ടി നിരോധിക്കപ്പെട്ടു. അടിച്ചമർത്തൽ വ്യാപകമായി. ഇതേ തുടർന്ന് പാർട്ടിയുടെ അംഗ സംഖ്യയിലും കുറവുണ്ടായതായി റിപ്പോർട്ടുകൾ ഉണ്ടായി. സായുധപാതയിൽ ഊന്നുന്ന നിലപാട് മാറ്റാൻ അന്താരാഷ്ട്ര കമ്മ്യൂണിസ്റ്റ് പ്രസ്ഥാനങ്ങളിൽനിന്ന് പോലും നിർദ്ദേശം ഉണ്ടായി. ഇതേ തുടർന്ന് ഇന്ത്യൻ കമ്മ്യൂണിസ്റ്റ് പാർട്ടി അതിന്റെ നിലപാടിൽ വലിയ മാറ്റം വരുത്തി. ജനറൽ സെക്രട്ടറിയായിരുന്ന ബിടി രണദിവെയെ മാറ്റി. സി രാജേശ്വര റാവു നേതൃസ്ഥാനത്തെത്തി. പാർലമെന്ററി പാത പാർട്ടി സ്വീകരിക്കുകയും ചെയ്തു.

തിരു-കൊച്ചി സംസ്ഥാനത്ത് തെരഞ്ഞെടുപ്പ് നടക്കുമ്പോൾ കമ്മ്യൂണിസ്റ്റ് പാർട്ടിയുടെ നിരോധനം നീങ്ങിയിരുന്നില്ല. അതുകൊണ്ട് തന്നെ തിരു-കൊച്ചി നിയമസഭയിലേക്ക് നടന്ന തെരഞ്ഞെടുപ്പിൽ കമ്മ്യൂണിസ്റ്റ് പാർട്ടിയെന്ന നിലയിൽ മൽസരിക്കാൻ കഴിയില്ലായിരുന്നു. പാർലമെന്ററി ജനാധിപത്യ പക്രിയയിൽ പങ്കെടുക്കാൻ തീരുമാനിച്ചെങ്കിലും നിരോധനം നിലവിലുള്ളതിനാൽ അതിന് സാധിക്കാത്ത അവസ്ഥയായിരുന്നു കമ്മ്യൂണിസ്റ്റ് പാർട്ടിക്ക് അന്ന് ഉണ്ടായിരുന്നത്. എങ്കിലും സ്ഥാനാർത്ഥികളെ നിർത്താൻ കമ്മ്യൂണിസ്റ്റ് പാർട്ടി തീരുമാനിച്ചു.

ആർഎസ്പിയും കെഎസ്പിയും ചേർന്നുള്ള ഒരു ഐക്യമുന്നണിയായി ട്ടായിരുന്നു മൽസരിച്ചത്. ഇടതുപക്ഷ ഐക്യമുന്നണിയെന്നായിരുന്നു അത് അറിയപ്പെട്ടത്. സ്വതന്ത്രരുടെ വേഷത്തിൽ കമ്മ്യൂണിസ്റ്റുകൾ തെരഞ്ഞെടുപ്പിനെ നേരിട്ടു. അത് മാത്രമായിരുന്നില്ല അന്നത്തെ തെരഞ്ഞെടുപ്പിന്റെ പ്രത്യേകത, കമ്മ്യൂണിസ്റ്റ് പാർട്ടിക്കാരായ എന്നാൽ സ്വതന്ത്രരായി മൽസരിച്ചവർ ജയിലിൽനിന്നോ അല്ലെങ്കിൽ ഒളിവിൽ കഴിഞ്ഞോ ആണ്. തെരഞ്ഞെടുപ്പിനെ നേരിട്ടത് എന്നത് കൂടിയാണ്. മധ്യ തിരുവിതാംകൂറിൽ ആറ് പേർ സ്ഥാനാർത്ഥികളായി. ചവറയിൽ ആർ എസ് പി സ്ഥാനാർത്ഥി ശ്രീകണ്ഠൻ നായർ, കരുനാഗപ്പള്ളിയിൽ മാരിത്തോട്ടം രാഘവൻ പിള്ള, പുതുപ്പള്ളിയിൽ കാമ്പശ്ശേരി കരുണാ കരൻ, ഭരണിക്കാവിൽ എംഎൻ ഗോവിന്ദൻ നായർ ഭരണിക്കാവ് റിസർവേഷനിൽ കെ കെ കോയിക്കൻ എന്നിവരൊക്കെ സ്ഥാനാർ ത്ഥികളായി.

ഭരണിക്കാവ് തെരഞ്ഞെടുപ്പ് പ്രത്യേകിച്ചും പ്രധാനമായിരുന്നു. ശൂരനാട് സംഭവവും തുടർന്നുണ്ടായ പൊലീസ് കൈയേറ്റങ്ങളെയും സാധാരണ ജനങ്ങൾ എങ്ങനെ കാണുന്നുവെന്നതുമായി ബന്ധപ്പെട്ട് അത് പ്രധാനമായിരുന്നു. ഭരണിക്കാവിലെ സ്ഥാനാർത്ഥി എം എൻ ഗോവിന്ദൻ നായരായിരുന്നുവെങ്കിൽ തെരഞ്ഞെടുപ്പിന്റെ ചുമതല തോപ്പിൽഭാസിക്കായിരുന്നു. രണ്ടു പേരും ഒളിവിൽ. ഒളിവിലുള്ള സ്ഥാ നാർത്ഥിയ്ക്ക് വേണ്ടി ഒളിവിലുള്ള നേതാവ് തന്ത്രങ്ങൾ ആവിഷ്ക്കരിക്കേ ണ്ടുന്ന അസാധാരണമായ സാഹചര്യമായിരുന്നു ഉണ്ടായിരുന്നത്. ഒരു പുതിയ ഒളിവു സമ്പ്രദായം തെരഞ്ഞെടുപ്പിനായി ആവിഷ്ക്കരിച്ചു വെന്നാണ് തോപ്പിൽ ഭാസി ഇതേക്കുറിച്ച് പറയുന്നത്. സാദാ സമയവും സഞ്ചരിക്കുകയെന്നതായിരുന്നു അന്ന് ആവിഷ്ക്കരിച്ച തന്ത്രമെന്നും അദ്ദേഹം പറയുന്നു. കാറുകളിലും കാളവണ്ടികളിലും സൈക്കിളിലുമായി നിരന്തരം സഞ്ചരിച്ചുകൊണ്ടുള്ള തെരഞ്ഞെടുപ്പ് പ്രവർത്തനം. ഒളിവിൽ കഴിയുന്ന എം എന്ന് വേണ്ടി അദ്ദേഹത്തിന്റെ അമ്മ കുഞ്ഞിലക്ഷ്മിയമ്മ യുടെ പേരിൽ ഒരു അഭ്യർത്ഥന തയ്യാറാക്കി. ' ആ അഭ്യർത്ഥന എഴുതി തയ്യാറാക്കിയത് ഒളിവിലിരുന്ന തോപ്പിൽ ഭാസിയാണ്. തന്റെ മകന് എം എൽ എ ആകാനുള്ള ആഗ്രഹമല്ല, അവന് ഒളിവിൽനിന്ന് പുറത്തു വന്ന് സൂര്യപ്രകാശത്തിൽ ഒന്ന് ജീവിക്കാനുള്ള ആഗ്രഹം കൊണ്ടാണ് തെരഞ്ഞെടുപ്പിൽ മൽസരിക്കുന്നതെന്നായിരുന്നു ആ അമ്മയുടെ അഭ്യർത്ഥനയുടെ സാരം. ഞങ്ങളത് അച്ചടിച്ച് ആയിരക്കണക്കിന് കോപ്പികൾ വിതരണം ചെയ്തു. (തിളച്ച മണ്ണിൽ കാൽനടയായി-പുതു ശ്ശേരി രാമചന്ദ്രൻ)

എം എൻ ഗോവിന്ദൻ നായർ ജീവിച്ചിരിക്കുന്നില്ലെന്നും നാമനിർദ്ദേശ പത്രികയിൽ ഒപ്പുവെച്ചിരിക്കുന്നത് അദ്ദേഹമല്ലെന്നും കോൺഗ്രസുകാർ പ്രചാരണം നടത്തി. സ്ഥാനാർത്ഥി ഹാജരല്ലാത്തതുകൊണ്ട് പത്രിക തള്ളും എന്ന അവസ്ഥയുണ്ടായാൽ അദ്ദേഹത്തെ ഉടൻ ഹാജരാക്കാൻ കലക്ടേറ്റിന്റെ സമീപത്തുതന്നെ അദ്ദേഹത്തെ രഹസ്യമായി പാർപ്പിച്ചു. എന്നാൽ എം എൻ ഗോവിന്ദൻ നായരുടെ കൈയൊപ്പ് തനിക്ക് പരിചയമുണ്ടെന്ന് അന്നത്തെ വരാണാധികാരി പി എൻ കൃഷ്ണപിള്ള പറഞ്ഞതോടെ അദ്ദേഹത്തെ ഹാജരാക്കേണ്ട അവസ്ഥ ഉണ്ടായില്ലെന്നാണ് തോപ്പിൽ ഭാസി എഴുതുന്നത്. തെരഞ്ഞെടുപ്പ് പ്രചാരണ സമയത്ത് എങ്ങനെയും എംഎന്നെയും തോപ്പിൽ ഭാസിയേയും അറസ്റ്റ് ചെയ്യാൻ രഹസ്യ പോലീസും സജീവമായി. അങ്ങേയറ്റം പ്രതികൂലമായ സാഹചര്യമായിരുന്നിട്ടും ജനങ്ങൾ വലിയ രീതിയിൽ സഹായിച്ചുവെന്ന് തോപ്പിൽ ഭാസി വിശദീകരിക്കുന്നുണ്ട്. 'ഭാര്യയുടെ കെട്ടുതാലി പണയം വെച്ചവരുണ്ട്. ചിട്ടിപിടിച്ച് നോട്ടീസ് അടിക്കാനും മറ്റും കാശുണ്ടാക്കിയവരുണ്ട്. ഭരണിക്കാവിലെ ഒരു പാവപ്പെട്ട കൃഷിക്കാരൻ കുടുംബത്തിന്റെ ആകെ വരുമാനമാർഗമായ പെറ്റ പശുവിനെ വിറ്റ് തെരഞ്ഞെടുപ്പ് പ്രവർത്തനത്തിന് ചെലവാക്കി' കമ്മ്യൂണിസ്റ്റ് പാർട്ടിയുടെയും തൊഴിലാളി സംഘടനകളുടെയും നിരോധനങ്ങൾ പിൻവലിക്കുക, പൗരസ്വാതന്ത്ര്യത്തിന്മേലുള്ള കൈയേറ്റം അവസാനിപ്പിക്കുക, പ്രമാദമല്ലാത്ത കേസുകളിൽപ്പെട്ട തടവുകാരെയും പുന്നപ്ര വയലാർ തടവുകാരെയും മോചിപ്പിക്കുക, രാഷ്ട്രീയ കേസുകളും വാറണ്ടുകളും പിൻവലിക്കുക തുടങ്ങിയവയായിരുന്നു അന്ന് തെരഞ്ഞെടുപ്പ് ഘട്ടത്തിൽ മുന്നണി മുന്നോട്ടുവെച്ച ആവശ്യങ്ങൾ. ഇടതുപക്ഷ മുന്നണിയുടെ ആറ് സ്ഥാനാർത്ഥികളും വിജയിച്ചു. 42,000 വോട്ടിന്റെ ഭൂരിപക്ഷത്തിലായിരുന്നു എം എൻ ഗോവിന്ദൻനായരുടെ വിജയം. ജി പി നീലകണ്ഠപിള്ളയെന്ന ആ നാട്ടിലെ പ്രമുഖനായ നേതാവിനെയായിരുന്നു എം എൻ ഗോവിന്ദൻ നായർ പരാജയപ്പെടുത്തിയത്. എം എന്റെ വിജയം ദേശീയ തലത്തിൽ തന്നെ ശ്രദ്ധിക്കപ്പെട്ടു. പിന്നീട് നടന്ന തെരഞ്ഞെടുപ്പിൽ ഇവിടെ ജവഹർലാൽ നെഹ്റു തന്നെ വന്ന് കോൺഗ്രസിന് വേണ്ടി പ്രചാരണം നടത്തി. അപ്പോഴും വിജയം കമ്മ്യൂണിസ്റ്റുകൾക്കൊപ്പമായിരുന്നു. അന്ന് തോപ്പിൽ ഭാസിയായിരുന്നു വിജയിച്ചത്.

ആ തെരഞ്ഞെടുപ്പിൽ തിരു-കൊച്ചി നിയമസഭയിൽ കമ്മ്യൂണിസ്റ്റ് പാർട്ടിക്ക് 22 എംഎൽഎമാരെ വിജയിപ്പിക്കാൻ കഴിഞ്ഞു. 1948-ൽ ഒരു എം എൽ എ മാത്രമാണ് പാർട്ടിക്ക് ഉണ്ടായിരുന്നത്. തെരഞ്ഞെടുപ്പ് വിജയത്തിന് ശേഷം വിജയിച്ച നേതാക്കൾ ശൂരനാട്ട് കേസിലെ

പ്രതികളുടെയും രക്തസാക്ഷികളുടെയും വീട്ടിൽ പോയി. 'അവർക്കെല്ലാം പ്രതീക്ഷയും ആത്മവിശ്വാസവും പകരുന്നതായിരുന്നു കമ്മ്യൂണിസ്റ്റ് പാർട്ടിയുടെ അന്നത്തെ വിജയം'. (പുതുശ്ശേരി രാമചന്ദ്രൻ)

ശൂരനാട്ടിലുണ്ടായ സംഭവങ്ങൾക്കെല്ലാം ഉത്തരവാദി കമ്മ്യൂണിസ്റ്റുകാരാണെന്ന കോൺഗ്രസുകാരുടെയും അന്നത്തെ അധികാരികളുടെയും നിലപാട് ജനങ്ങൾ സ്വീകരിച്ചില്ലെന്നതാണ് ഇടതുപക്ഷ മുന്നണിയുടെ തെരഞ്ഞെടുപ്പ് ഫലം തെളിയിച്ചത്. ഇത് കമ്മ്യൂണിസ്റ്റ് പാർട്ടിയെ സംബന്ധിച്ച വളരെ പ്രധാനപ്പെട്ടതായിരുന്നു. തിരു-കൊച്ചിയിലേക്ക് നടന്ന തെരഞ്ഞെടുപ്പ് മാത്രമായിരുന്നില്ല, ഐക്യ കേരളം രൂപപ്പെട്ടപ്പോൾ നടന്ന ആദ്യ തെരഞ്ഞെടുപ്പും ഇതിന്റെ സൂചന തന്നെയാണ് നൽകിയത്. അന്ന് ആർ ശങ്കരനാരായണൻ തമ്പി ജയിലിലിൽ കിടന്നാണ് ചെങ്ങന്നൂർ മണ്ഡലത്തിൽ മൽസരിച്ചത്. വിജയിച്ച അദ്ദേഹം പിന്നീട് കേരളത്തിലെ ആദ്യ സ്പീക്കറായി. അതെ പോലെ തോപ്പിൽ ഭാസിയുടെ വിജയം. ഒന്നാം നിയമസഭയിലേക്ക് അദ്ദേഹം പത്തനം തിട്ടയിൽനിന്നായിരുന്നു മൽസരിച്ചത്. ജനിച്ച ചോവോനും നശിച്ച നായരും പിഴച്ച മാപ്പിളയുമാണ് കമ്മ്യൂണിസ്റ്റാകുന്നതെന്ന് പറഞ്ഞിരുന്നെങ്കിലും നായന്മാരെ പിന്തുണ്ക്കുകയെന്ന മന്നത്ത് പത്മാനാഭന്റെ നിലപാട് മധ്യ കേരളത്തിൽ 1957 ലെ തെരഞ്ഞെടുപ്പിൽ ചില സീറ്റുകളിലെങ്കിലും കമ്മ്യൂണിസ്റ്റുകൾക്ക് സഹായകരമായി. എന്നാൽ മന്നം പറഞ്ഞാൽ പോലും കമ്മ്യൂണിസ്റ്റുകൾക്ക് വോട്ട് ചെയ്യുന്നതെങ്ങിനെ എന്നതായിരുന്നുവത്രെ നായർ പ്രമാണിമാരുടെ ആശങ്ക. അതുമാത്രമല്ല, തോപ്പിൽ ഭാസി മന്നത്തെ ചെന്നുകണ്ട് അദ്ദേഹത്തിന്റെ അനുഗ്രഹം വാങ്ങാൻ വിസമ്മതിക്കുകയും ചെയ്തു. അതുകൊണ്ട് അദ്ദേഹത്തെ പരാജയപ്പെടുത്തണമെന്ന് നായർ പ്രമാണിമാരിൽ ചിലർ മന്നത്തെ നേരിട്ടുകണ്ട് ആവശ്യപ്പെട്ടു. എന്നാൽ മന്നത്തിന്റെ നിലപാട് മറിച്ചായിരുന്നു 'തോപ്പിൽ ഭാസിയെ വിജയിപ്പിക്കണം. എങ്ങനെയും ജയിക്കാൻ വേണ്ടി അവൻ തത്വം വിട്ട് നമ്മുടെ അടുത്ത് വന്നില്ലല്ലോ' എന്നായിരുന്നു മന്നത്തിന്റെ പ്രതികരണം(കമ്മ്യൂണിസ്റ്റ് ഭരണവും വിമോചന സമരവും -എ ജയശങ്കർ). അങ്ങനെ ശൂരനാടുമായി ബന്ധപ്പെട്ടവർ സംസ്ഥാനത്തെ ആദ്യ നിയമസഭയിലുമെത്തി. തിരു-കൊച്ചിയിലേക്കും പിന്നീട് കേരള നിയമസഭയിലേക്കും നടന്ന തെരഞ്ഞെടുപ്പിൽ വിജയിച്ചു.

ശൂരനാട്ടിലെ ജന്മിത്വത്തിനും ജാതി വിവേചനത്തിനുമെതിരായ സമരത്തെ ജനങ്ങൾ അംഗീകകരിച്ചുവെന്നതിന്റെ തെളിവായി ഇതിനെ കാണാവുന്നതാണ്. പ്രാദേശിക തെരഞ്ഞെടുപ്പിലും ഇതു

തന്നെയായിരുന്നു ഫലം. 1953ലാണ് ജനാധിപത്യ സമ്പ്രദായത്തിൽ തെരഞ്ഞെടുപ്പ് നടന്നപ്പോൾ വള്ളിക്കുന്ന് പഞ്ചായത്തിലെ മുഴുവൻ വാർഡിലും കമ്മ്യൂണിസ്റ്റ് പാർട്ടി വിജയിച്ചു. അന്ന് ശൂരനാട്ട് തെന്നല ഗോപാലപിള്ളയ്ക്കെതിരെ മൽസരിച്ചത് അദ്ദേഹത്തിന്റെ കാളപ്പൂട്ട് കാരന്റെ മകൻ പരമേശ്വര കുറുപ്പായിരുന്നു. ശൂരനാട്ട് തെരഞ്ഞെടുപ്പ് നടന്ന ഒമ്പത് വാർഡുകളിൽ അഞ്ചിടത്ത് കമ്മ്യൂണിസ്റ്റ് പ്രതിനിധികൾ വിജയിച്ചു. അതായത് ശൂരനാട് സംഭവത്തിന് ശേഷം കമ്മ്യൂണിസ്റ്റ് പാർട്ടി ശക്തിപ്പെടുകയാണ് ഈ മേഖലയിൽ ചെയ്തത്.

പിന്നീട് പാർട്ടി രണ്ടായി. രണ്ട് പാർട്ടികളും രണ്ടായി തന്നെ ശൂരനാട് രക്തസാക്ഷിദിനം ആചരിക്കുന്ന അവസ്ഥയുണ്ടായി. ഇതിനെതിരെ രക്തസാക്ഷികുടുംബങ്ങൾ തന്നെ ഒരു യോഗത്തിൽ പ്രതിഷേധ മറിയിച്ചു. (ശൂരനാട് ചുവന്നപ്പോൾ- പി എസ് സുരേഷ്) 1978 ൽ ശൂരനാട് രക്തസാക്ഷി ദിനം ഇരു കമ്മ്യൂണിസ്റ്റ് പാർട്ടികളും ഒന്നായിട്ടാണ് ആചരിക്കുന്നത്.